பறப்பன திரிவன சிரிப்பன

பறப்பன திரிவன சிரிப்பன

ஜான் சுந்தர்

கோவையில் 'இளைய நிலா' என்னும் மெல்லிசைக் குழுவையும் 'பாட்டுப் பட்டறை' என்னும் இசைப் பள்ளியையும் நடத்திவருகிறார். 'டமருகம்' கற்றல் மையத்தில் குழந்தைகளுக்கான நுண்கலைப் பயிற்சிப் பட்டறைகளை ஒழுங்கு செய்கிறார். 'சொந்த ரயில்காரி' (கவிதைகள்) 'நகலிசைக் கலைஞன்' (அனுபவக் கட்டுரைகள்) 'பிஸ்கட் நிலாக்கள்' (கவிதைகள்) 'ரவிக்கைச் சுகந்தம்' (கவிதைகள்) ஆகியவை இவரது நூல்கள். இந்நூல் இவரது முதல் சிறுகதைத் தொகுப்பு.

தொடர்புக்கு: ilayanilajohnsundar@gmail.com

ஜான் சுந்தர்

பறப்பன திரிவன சிரிப்பன

காலச்சுவடு பதிப்பகம்

அன்பார்ந்த வாசகருக்கு,

வணக்கம்.

காலச்சுவடு நூலை வாங்கியமைக்கு நன்றி.

நூலின் உள்ளடக்கம், உருவாக்கம், அட்டைப்படம் இன்ன பிற அம்சங்கள் பற்றிய உங்கள் கருத்துகளையும் ஆலோசனைகளையும் காலச்சுவடு வரவேற்கிறது. தகவல், எழுத்து, வாக்கியப் பிழைகள் தென்பட்டால் கட்டாயம் தெரிவித்து உதவுங்கள். நூல் தயாரிப்பில் கடும் குறைபாடு இருப்பின் மாற்றுப் பிரதி உங்களுக்குக் கிடைக்கக் காலச்சுவடு ஏற்பாடு செய்யும்.

மின்னஞ்சல்: publisher@kalachuvadu.com

காலச்சுவடு நாகர்கோவில் தலைமையகத்துக்கும் கடிதம் அனுப்பலாம்.

தங்கள்
எஸ்.ஆர். சுந்தரம் (கண்ணன்)
பதிப்பாளர் – நிர்வாக இயக்குநர்

பறப்பன திரிவன சிரிப்பன ♦ சிறுகதைகள் ♦ ஆசிரியர்: ஜான் சுந்தர் ♦ © வே. ஜான் டிக்ரூஸ் ♦ காலச்சுவடு முதல் பதிப்பு: பிப்ரவரி 2021 ♦ வெளியீடு: காலச்சுவடு பப்ளிகேஷன்ஸ் (பி) லிட்., 669, கே.பி. சாலை, நாகர்கோவில் 629001

காலச்சுவடு பதிப்பக வெளியீடு: 991

PaRappana tirivana cirippana ♦ ShortStories ♦ Author: John Sundar ♦ © V. John Dicruce ♦ Language: Tamil ♦ Kalachuvadu First Edition: February 2021 ♦ Size: Demy 1 x 8 ♦ Paper: 18.6 kg maplitho ♦ Pages: 120

Published by Kalachuvadu Publications Pvt. Ltd., 669 K.P. Road, Nagercoil 629001, India ♦ Phone: 91-4652-278525 ♦ e-mail: publications @kalachuvadu.com ♦ Printed at Print Point Offset Printers, Nagercoil 629001

ISBN: 978-93-90802-71-5

02/2021/S.No. 991, kcp 2826, 18.6 (1) ass

பொருளடக்கம்

கின்னரப்பெட்டி	11
ஒற்றைக்கிளி	35
நேத்ரா	45
நாயகி	53
மற்றும் பலர்	65
பறப்பன திரிவன சிரிப்பன	74
பித்தளை நாகம்	91
பேசாமடந்தை	109

ஆர். ரவீந்திரன்
சிவராஜ்
ஆகியோருக்கு

நன்றி

காலச்சுவடு, உயிர்மை, கதைசொல்லி,
ஆனந்த விகடன், கனலி

வண்ணதாசன், சுகுமாரன், ஜெயமோகன், க.வை. பழனிசாமி,
எம். கோபாலகிருஷ்ணன், பொதியவெற்பன், கவிஞர் மகுடேசுவரன்,
போகன் சங்கர், ஜி. குப்புசாமி, கே.என். செந்தில்,
குணா கந்தசாமி, வே. பாபு, சுகா, பிரசாத் முருகேசன், சாம்ராஜ்,
தோழர். பெங்களூரு சீனி, சசிகலா பாபு, கனிமொழி ஜி, சக்திவேல்,
அகன் குழந்தையப்பன், கந்த சுப்ரமணியம், ராமராஜ், விக்னேஷ்வரன்,
வானதி, தாரணி, ஷில்பா கிருஷ்ணன், செந்தில் ஜெகநாதன்
மற்றும் பலர்.

கின்னரப்பெட்டி

பூனை

சந்துக்கு திடீரென்று ஒரு களை வந்து விட்டது. சந்து என்றால் நாங்கள் குடியிருக்கிற சந்து அல்ல. சந்தின் சந்து. எங்கள் வரிசை வீடுகளின் கட்டட முடிவுக்கும் அடுத்த கட்டடச்சுவருக்கும் இடையிலான, அதிகம் யாரும் புழங்காத சந்து. இரண்டாவது வீட்டுக்காரர் அவரது மீசையை வெயில்பட பார்த்து வெட்டவும், உள்மூக்கிலிருந்து நீளும் முடிகளை ஒட்ட நறுக்கவும், நான் ரகஸிய, சுவாரஸிய அலைபேசி பேச்சுகளைத் தொடரவும், ஐந்தாவது வீட்டின் துணிகள் காயவும் பயன்படுத்தி வந்தோம். (ஒரே ஒரு முறை மூன்றாவது வீட்டுப் பெண் முட்டிக்கால்களை கட்டிக் கொண்டு அழுது கொண்டிருந்தாள்.) பருவமழை பொய்த்தாலும் சந்தில் மழைச்சத்தம் கேட்கும். மேல்நிலைத்தொட்டியில் தண்ணீர் நிறைந்து விட்டால் வழிந்து சந்தில் விழும். ஐந்தாவது வீட்டின் சன்னலுக்குள் சாரல் தெறிக்கும். அருவிக்குப் பக்கத்து வீடல்லவா? சத்தம் கேட்டு மோட்டரை நிறுத்துவது அனிச்சையாகிவிட்டது. அந்த சந்துக்குதான கல்யாணக்களை வந்துவிட்டது. வரிசை வீடுகள் விஷேச வீடுகள் போலாகிவிட்டன. வெள்ளைப்பூனை குட்டி போட்டிருக்கிறது. மூன்று! வெள்ளை, சாம்பலில் வெள்ளை, அப்புறம் வெள்ளை யில் சாம்பல்!

எங்களது முந்தைய வீட்டிலும் பூனைகள் வளர்ந்தன. எனக்கு சிறுவயதிலிருந்தே நாய்களின் மேலிருக்குமளவு பூனைகள் மேல் அபிப்ராயம் இல்லை. நமக்கு உதவாதவர்கள் நல்லவர்கள் இல்லைதானே? பூனைகளுக்கு நன்றி என்பதே கிடையாது. ஒரு வணக்கம் கிடையாது; வாழ்த்து கிடையாது. வெளியே போய்விட்டு வந்து செருப்பைக் கழற்றினால் வந்து முகமன் செய்வதில்லை. மூத்தார் மகனை நடத்துவது மாதிரி முகத்தை திருப்பிக் கொள்ளும். அலமாரியிடுக்கில், சோபாவுக்கு அடியில் மட்டையை, பந்தை ஒளித்து வைக்கிற முசுவில் பூனைப்பாதங்கொண்டு நடந்தாலும் எழுந்துவிடும். சொகுசான தூக்கத்தைக் கெடுத்து விட்டதாக வெறுப்பு நிறைந்த இடுங்கின கண்களின் ஆணவப்பார்வையில் சுட்டெரிக்கப் பார்க்கும். நாய்களின் வாலிலோ அத்தனை அன்பு தெரியும். நாய் விசுவாசமான வேலைக்காரன் என்றால் பூனை மிடுக்கான முதலாளியம்மாள். பூனையின் வால் அலட்சியத்தின் சின்னம். அலட்சியமோ அலட்சியம். பூனை வாலாட்டினால் கோபம் என்பதாகச் சொல்கிறார்கள். பால் வேண்டுமென்றால் வந்து கத்தும், மீன்காரர் வந்து விட்டால் சைக்கிளுக்கும் வீட்டுக்கும் அலையும், பசியென்றால் கெண்டைக்கால் ஆடுசதையில் உடலைத்தேய்க்கும். பசிக்கு கேட்கும்போது கூட 'என்னாங்கடி இன்னும் சமைக்கலையா?' என்பதான அதிகாரம் தொனிக்கும்.

○

பியானோ

"அப்பா உங்களுக்குப் போன்" என்று கொடுத்தான் மகன்.

வாங்கிப் பார்த்தேன் ஓ... திருமதி. ரூஃபஸ்!

"காலை வணக்கம் சீமாட்டி!"

"வணக்கம்... பாலா சொன்னாரா?"

"ஆமாம்... சொன்னார். ஆனால் அவர் சொன்ன தொகை என்னை மகிழ்விக்கும்படியானதாக இல்லையே சீமாட்டி?"

"இருக்கலாம்... அதற்காக நானும் வருந்துகிறேன். ஆனால் நான் நெருக்கடியில் இருக்கிறேன். அந்த ஹோட்டலை நீங்கள் அறீவீர்கள் அல்லவா?"

"ம்ம் நன்றாகவே . . . அதில் பலமுறை நிகழ்ச்சிகளை நடத்தியுமிருக்கிறேன்."

"ஓ அப்படியா? நல்லது! அரங்க வாடகை, உணவு, மேடையலங்காரம் எல்லாமும் சேர்ந்து கொஞ்சமும் எதிர்பார்த்திராத தொகைக்கு அருகே கொண்டு போய் சேர்க்கிறது.

இவரிடம் நான் இன்னும் அனுமதி பெறவில்லை. தெரிந்தால் கடிந்து கொள்வாரோ என்று பயமாகவும் இருக்கிறது."

"ஓ..."

"நீங்கள் பாலா சொன்ன அந்த தொகைக்குள் அடங்கும்படி ஒரு நல்ல நிகழ்ச்சியை செய்து கொடுக்க முடியுமா? தமிழ்ப் பாடல்கள்தான் அதிகமாக தேவைப்படும்."

"செய்யலாம்... ஆனால்..."

"என் தோழிகள் என்ன சொன்னார்கள் தெரியுமா?"

"ம்"

"தேர்ந்தெடுக்கப்பட்ட குறுந்தகடுகளில் இருந்து வாத்திய இசை மெலிதாக ஒலித்துக் கொண்டிருக்கட்டும். பலூன்களையும் ஐஸ்கிரீம் கோப்பைகளையும் வைத்து குழந்தைகளுக்கான விளையாட்டுகளை நாமே நடத்தி, விருந்தினர்களை மகிழ்விப்போம் என்று."

"அது நல்ல திட்டம்தான் சீமாட்டி, தவிர சிக்கனமானதும் கூட."

"ம்ஹீம்... நான் அதை மறுத்துவிட்டேன். உயிரோட்டமுள்ள குரலிசையும், பாணர்களும் வேண்டுமென்றேன். ஏனெனில் சுமார் ஐந்து வருடங்களுக்குப் பிறகு கடவுள் எங்களுக்குச் செய்த அற்புதம் என் மகள்."

"ஓ... அப்படியா?... கடவுளைப் புகழ்வோம்."

"ஆம்... கடவுளைப் புகழ்வோம்..."

"அவளுக்காக தனித்த ஒரு பெயரை தேர்ந்திருக்கிறேன். இந்த ஞானஸ்நான விழாவையும் அப்படியே நடத்த திட்டமிட்டிருக்கிறேன். தெரியுமா?... சரி சொல்லுங்கள்."

"என்ன சொல்ல முடியும் சீமாட்டி ? நீங்கள் இவ்வளவுதான் தொகை என்று சொல்லி என் கையை கட்டிப் போடுகிறீர்கள். வழக்கமாக எல்லோரும் செய்வது போல் கீ போர்ட், ட்ரம் கிட் என்றே நாமும் போவோம். அப்புறம் கடவுளைப் புகழ்வோம்."

அவள் சிரித்துவிட்டாள்.

"இல்லை... இல்லையில்லை... நீங்கள் இப்படி பேசக் கூடாது... நீங்கள் புதுவிதமாக நிகழ்ச்சிகள் செய்பவர் என்று கேள்விப்பட்டுதான் உங்கள் எண்ணை வாங்கினேன்."

பிரிட்டோ

முஷ்டியில் பஞ்சைக் கட்டி அதைத் தண்ணீரில் நனைத்து குஷ்டநோயாளி தன் முகத்தைத் துடைப்பதாகப் பூனை, தன்னுடலை துடைப்பதைக் குழந்தைகள் அதிசயித்துப் பார்க்கிறார்கள். பிரிட்டோ சாரை நான் அப்படித்தான் பார்த்தேன். அவர் சாக்கடைக்குள் இறங்குவார் என்று எதிர்பார்க்கவேயில்லை. அன்றைக்கு என் அலுவலகத்தின் வாசலில் நின்று கதவைத் திறக்கையில் எதேச்சையாக சாலையைப் பார்த்தேன். பிரிட்டோ சார்! பெரிய பொறியியல் கல்லூரியில் முதல்வராக இருந்தவர் என்று கேள்வி. ஏதோ பிரச்சினை. இப்போது வேலையில் இல்லை. நிர்வாகத்தினர் இரண்டு தரப்பாகி இவரை பலியாக்கி விட்டார்கள் என்றும் சொன்னார்கள். நான் வணக்கம் சொல்லிவிட்டு கைகளைக் கட்டியபடி அளந்தளந்து பேசிக்கொண்டிருக்கையில்

“ஒன் ஃபைன் மானிங்… வென் ஐ வாஸ் இன்…”

என்று ஏதோ சொல்லிக்கொண்டிருந்தவர்

“ஓ புவர் பேபி”

என்றபடியே இறங்கியேவிட்டார். சாக்கடையோரத்து மண் திட்டில் திரிந்துகொண்டிருந்த குட்டிப் பூனையை அப்புறம்தான் கவனித்தேன்.

“லெவனுக்குத்தானே ஆண்டனீஸ்ல மாஸ்?” என்று கேட்டவர் தெருக்குழாய் தண்ணீரைத் திருப்பி, பூனையைக் குளிப்பாட்டத் துவங்கினார். நிஜமாகவே இவர் பதினோருமணி திருப்பலிக்குத்தான் வந்தாரா? ஆமாம் என்கிறது அந்தோணியார் கோவில் மணி. அவரது கருத்தகாலின் வறட்டுச் சருமத்தில் பறந்த சாம்பல் படிந்தாற் போல வெள்ளைப்படலம். அதில் தண்ணீர் தெறித்த இடத்திலெல்லாம் தோலின் புது நிறத்தைக் காட்ட, முட்டிவரை மடித்த கால்சட்டையோடு தெய்வத்தின் புது அவதாரமென நின்றிருந்தார் பிரிட்டோ சார்.

சாரின் வீட்டுக்கும் எங்கள் வீட்டுக்குமிடையில் ஒரு சுவர் மட்டும்தான் இருக்கிறது என்றாலும் வாசல்கள் வெவ்வேறு தெருக்களை சந்திக்கின்றன. கடந்த பதினைந்து வருடங்களில் இந்த ஒரு வாரமாகத்தான் பேசிக்கொள்கிறோம். போன சனிக்கிழமை உக்கடம் மீன் சந்தையிலிருந்து வெளியே வந்தவரைப் பார்த்து கையசைத்தேன். அவரும் தோள் பட்டையால் அப்படிசெய்வதாக காட்டி ‘குட்மோனிங்’ என்றார். இரண்டு கைகளிலும் பாரத்தோடு இரண்டிரண்டு பெரிய பைகள் இருந்தன. குளிர்பதனப்பெட்டியுள் வைத்திருந்து உபயோகிப்பதாக இருந்தால் ஏழெட்டு பேரைக்

கொண்ட கூட்டுக் குடும்பத்துக்கு ஒரு வாரம் பத்து நாட்களுக்குத் தாங்கும். எங்கள் வீட்டு குளிர்பதனப்பெட்டி அரசு அலுவலகம் மாதிரி. அது என்னவோ வேலை செய்து கொண்டுதானிருக்கும். எங்களுக்கு அதனால் ஒரு பயனும் இருக்காது. அல்லது நாங்கள் சரியாக பயன்படுத்துவதில்லை. நெகிழிப் போத்தலில் தண்ணீரை நிரப்பி வைத்து குடிக்கும் பழக்கம் எங்களில் யாருக்கும் இல்லை. குழாய்த்தண்ணீரை பிடித்து வைத்து நாட்களாகி இருந்தால் மொண்டு குடிக்கும்போது பெரியவன் கண்டு கொண்டு,

“அம்மா தண்ணி செத்துப் போச்சு பாரு... மாத்து” என்பான். அவனிடமிருந்து காப்பியடித்து வேறுவிதமாக வெளிப்படுத்துவாள் சின்னவள். பிடித்து நிரப்பும்போது குடத்திலிருந்து செம்பில் ஊற்றிக் கொண்டுவந்து நீட்டி,

அப்பா, குடிச்சுப் பாருங்க உயிரோட இருக்கு தண்ணி...” என்பாள்.

வாங்கி பனியன் நனையக் குடித்தால் உள்ளும் புறமும் கும்பியை குளிர வைக்கும் சிறுவாணி.

“ஏதாச்சும் குடிப்பமா?” என்றார் பிரிட்டோ சார்.

பத்தே நிமிடங்கள் அனுமதி கேட்டு சந்தையினுள் நுழைந்து ஒன்றரைக் கிலோ அயிலை மீன்களோடு திரும்பினேன். இளநீர்க்கடையில் இருந்தோம். ‘ஸர்ர்க்க்’ கென்ற ஒவ்வொரு உறிஞ்சலுக்குப் பிறகும் உறிஞ்சியதை ‘உம்’ என்று சத்தமிட்டு விழுங்கினார் பிரிட்டோ சார். ரசிக்கிறாரா? சிரமப்படுகிறாரா?

❍

பூனை

பூனையை எனக்கு அது குட்டியாக இருக்கிற பருவத்தில் ரொம்ப வும் பிடிக்கும். கடவுள் தூரிகையை கழுவியபடி ‘இவ்ளோ பெரிய கண்ணுக்கும் மீசைக்கும்தாம்பா எடமிருக்கு வாய சும்மா ஒரு கோடு மாதிரி வெச்சுக்கோ போதும்’ என்று வரைந்து விட்டது போல முகம் நிறைந்த வட்டமணிக் கண்களால் நம்மைப் பிறாண்டும்.

பூனைகள் நிரம்பியிருந்த ஒரு வீட்டின் புழக்கடையில் ஒரு முறை முடிகள் கொட்டிப்போன பூனையொன்றினைப் பார்த்தேன். பின்னங்கால்களைத் தரையிலும் முன்னங்கால்களைச் சுவற்றிலும் ஊன்றியிருந்த அது பக்கவாட்டில் வந்த என்னை ஊடுருவிப் பார்க்கையில் வேற்றுலகப் பெண்ணொருத்தி நிர்வாணக்கோலத்தில் என்னை அழைப்பதுபோலவும் ஒருவினாடி

நான் வழிதப்பி அவர்களது கிரகத்தில் விழுந்து விட்டது போலவும் தோன்ற பீதியுற்றேன். பூனைக்கெல்லாம் பயப்படத்தேவையில்லை என்று அம்மா சொல்லக் கேட்டிருக்கிறேன். பூனை குறுக்கே போனால் கெட்டசகுனம் என்கிறார்களே என்று கேட்டதற்கு அம்மாவுக்கு ஒரே சிரிப்பு. அந்தச் சகுனம் எலிக்குத்தானாம்!

❍

பியானோ

"கேளுங்கள் சீமாட்டி... என் பக்கத்து வீட்டில் ஒரு சகோதரி இருக்கிறாள். அவள் தினமும் காலையில் வாசல் தெளித்து கோலமிடுகிறாள். நான்கைந்து புள்ளிகள்தான். அவ்வளவு திருத்தமான நேர்த்தியான கோலங்களை நான் பார்த்ததில்லை. வண்ணப்பொடிகளை வைத்துச்செய்யும் பிரம்மாண்டங்களைப் பார்த்திருக்கிறேன். ஆனால் இவளோ வெள்ளைப் பொடியை மட்டும்தான் உபயோகிக்கிறாள். ஏன் அவ்வளவு அழகு தெரியுமா?"

ஏன் என்ற சொல்லின் மெட்டுக்கு "ம்" போட்டாள்.

"கோலத்தை வரைந்து முடித்த பின்பு அதன் மையத்தில் கொஞ்சம் மஞ்சளையும் அதன் மேல் குங்குமத்தையும் வைக்கிறாள். வாசல் மங்களகரமாகிவிடுகிறது."

"ம்ஹீம்" இது ஒஹோவின் மெட்டில்.

"இதைத்தான் நான் செய்ய விரும்புகிறேன் சீமாட்டி. வழக்கமானதாக அல்லாமல் கொஞ்சம் திருத்தமாக, கொஞ்சம் ஆன்மாவைத் தொட்டு அசைக்கும்படி. அவ்வளவுதான்."

"ஓ..."

"திருமதி. ரூஃபஸ்! தாங்கள் ஒப்பந்தம் செய்திருக்கும் மன்றத்தின் வெள்ளியொளியில் கன்னங்கருத்த பியானோ ஒன்று உட்கார்ந்திருப்பதைக் கொஞ்சம் கற்பனை செய்து பாருங்கள்! மேலும் 'ஹோட்டல் கலிஃபோர்னியா'வும் 'மூங்கில் தோட்ட'மும், 'பட்டர் ஃபிளை'யும், 'உறவுகள் தொடர்கதை'யும், 'யாரந்த நில'வும் அந்த மன்றத்தையே கிறங்கடிக்கும்."

❍

பிரிட்டோ

இளநீரை இன்னுமொரு மடக்கு உறிஞ்சும்போது,

"என்ன சார், ரெண்டு வாரத்துக்கு ஒரு தடவை வருவீங்களா?"

என்றேன் பேச்சை வளர்ப்பதற்காக.

அவரது புருவங்கள் இரண்டும் முட்டிக்கொண்டு கோபுரமாவதற்குள் நானே.

“மீன் வாங்க” என்று என் கேள்வியை துலக்கமாக்கினேன்.

“ஸ்ர்ர்ர்க்க் ம்ம்ஹீம்” என்று மறுத்து விட்டு மறுபடியும் ‘உம்’ என்று விழுங்கினார். பின்பு

“நாலு நாளைக்கு ஒரு தடவை வருவேன் சார்” என்றார்.

அடேயப்பா! கட்டுபடியானால் வரலாம்தான். மீண்டுமொரு உறிஞ்சல், விழுங்கல்.

“இன்னைக்கு சனிக்கெழமயா? சரியா நாலாவது நாள் புதங்கெழம! அப்புறம் ஞாத்திக்கெழம அப்புறம் வியாழக்கெழம அப்புறம் திங்ககெழம” என்றவர் விரியும் என் கண்களைப் பார்த்துவிட்டு “ஆமா சார் நான் சொன்ன கெழமைகளையே ஒண்ணுவிட்டு ஒண்ணுவிட்டு பார்த்தா ரெண்டு செட்டு தொடர்ச்சியா வரும் சனி, புதன் விட்டா ஞாயிறு, வியாழன விட்டா திங்கள், அப்புறம் வெள்ளிய விட்டா செவ்வா”

அய்யோ!... அய்யய்யோ... இதென்ன இப்படியொரு மனுஷன். இந்த ஆள் புத்திசாலியா, அல்லது மனப்பிசகுள்ளவரா ஒருவேளை அதிபுத்திசாலியோ?

பேச்சை மாற்றுவதற்காக,

“தினமும் மீன் சாப்பிடுவீங்களா சார்?” என்று கேட்டு வைத்தேன்.

“கொழந்தைகளுக்கு... ஸ்ர்ர்ர்க்க்... உம்ம்... இஷ்டமாச்சே சார்.”

“ஓ... முள்ளுல கொஞ்சம் கவனமா இருக்கணும் சார், அப்படித்தான் நம்ம வீதியிலயே ஒரு பையனுக்கு தொண்டையில முள்ளு சிக்கி, சரியா எடுக்காம விட்டு சீழ் பிடிச்சு ரொம்பப் பெரிய பிரச்சனையாயிடுச்சு சார்”

சிரமப்பட்டுக் குடித்துக் கொண்டிருந்தவர் நான் குடித்த இளநீருக்கும் சேர்த்து பணத்தை கொடுத்துவிட்டு “பார்ப்போம் சார்” என்று கிளம்பி விட்டார். நான் கையை அசைத்துவிட்டு என் கூடுக்குள் பார்த்தேன் இன்னும் பாதி இருக்கிறது. சார் உண்மையிலேயே குடித்தாரா? அல்லது ஏதாவது அவசர வேலை நினைவுக்கு வந்திருக்குமோ? இல்லை... கோபித்துக் கொண்டாரா?

பூனை

வீட்டுப்பூனை குட்டி போட்டிருந்தால் யாரையும் அண்டவிடாது. அம்மாவைத்தவிர. அம்மா குட்டிகளைக் கொஞ்சும்போது குட்டியை நக்கும் சாக்கில் அம்மாவின் கைவிரல்களையும் சேர்த்து நக்குவதைப் பார்த்திருக்கிறேன். பூனையை அம்மா பொம்பளையாக்கி விளிப்பது கேட்க சுகமாயிருக்கும்.

"ஆண்டி (ஏண்டியாம்) வலிக்குதா?"

"அம்மு சாப்பிடறயாம்மா?"

"ஜிஞ்ஜிமணிங்கள அம்மா பாத்துக்கறேன் தங்கக்கிளி கொஞ்சம் பாலு குச்சுக்கங்கடி."

பூனையை அம்மா கொஞ்சக்கொஞ்ச 'பொம்பளப்புள்ளையா பொறந்திருக்கலாம்' என்று இருக்கும். வீட்டுப்பிராணி தானே என்று பரிவு தோன்றுவதற்கு பதிலாக உலகிலுள்ள பெண்கள் எல்லாம் ஒன்று சேர்ந்துகொண்டு நம்மைத் தனிமைப் படுத்துவது போலிருக்கும்.

○

பியானோ

கச்சேரி வேண்டும் என்று கேட்டு யாராவது பேசினால் நான் ஆர்வத்தில் கொஞ்சம் உளறி விடுகிறேன். கொஞ்சம் இல்லை நிறைய. தொலைப்பேசியில் அது இன்னும் அதிகம். பேசிப்பேசி என் தலைக்கான முள்கிரீடத்தை நானே வளைத்து வளைத்துப் பின்னுகிறேன். திரைப்படங்களில் காட்டப்படுகிற பியானோ உங்கள் வீட்டு வைபவத்தில் இசைக்கப்பட்டால் எப்படி இருக்கும் என்று கேட்டால் யார்தான் வேண்டாமென்று மறுப்பார்கள்.

"கிராண்ட் பியானோ?... ம்ம் அது மிகவும் அழகாகத்தா னிருக்கும் இல்லையா" என்றாள் அவள்.

நான் அவசரமாக மறுத்தேன் "இல்லை . . . இல்லை ... கிராண்ட் பியானோ இல்லை. அது கட்டுபடியாகாது சீமாட்டி."

"கிராண்ட் பியானோ இல்லை என்றால் பின்பு 'அப்ரைட்' பியானோவா? அது சுவரோடு சேர்ந்தது போலல்லவா இருக்கும்? பார்வைக்கும் அவ்வளவு கவர்ச்சியாக இருக்காதே?" திருமதி ரூஃபஸ் பேச்சை நிறுத்துவதாக தெரியவில்லை.

"அத்துடன் எவற்றையெல்லாம் ஜோடி சேர்ப்பீர்கள்?" என வினவினாள்.

"இணையாக அக்வஸ்டிக் கிதாரும், ஆப்பிரிக்க காங்கோவும் போதுமானவை சீமாட்டி."

"தயவு செய்து நீங்கள் தேதியைக் குறித்துக் கொள்ளுங்கள். நிகழ்ச்சி உறுதி! அதில் பியானோ அதுவும் கிராண்ட் பியானோதான் வேண்டும் ஏற்பாடு செய்யுங்கள்."

"நல்லது சீமாட்டி. ஆனால், அதற்குண்டான செலவு...?"

"மன்னியுங்கள்... நான் உங்களை திரும்ப அழைக்கட்டுமா?"

○

பிரிட்டோ

"ஏனுங்க... அலோவ்... பையை மறந்துட்டு போறீங்க பாருங்கோவ்"

வண்டியை உதைக்கும்போது இளநீர்க்காரர் கூப்பிட்டார். என் பை தான் வண்டியில் இருக்கிறதே?

ஓ சாருடையது! ஒன்றை மட்டும் விட்டுவிட்டு போயிருக்கிறாரா?.

நன்றி சொல்லி அதையும் எடுத்துக்கொண்டேன்.

சாருடைய வீட்டு வாசலில் வண்டியை நிறுத்திவிட்டு அழைப்பு மணியை அழுத்த, கதவைத் திறந்தது சார் இல்லை அவரது மனைவி.

"இந்தாங்க, சாரை மார்கெட் பக்கத்துல பார்த்தேன். எளனி கடைல பைய விட்டுட்டார்."

'ஒரு நிமிஷம்.'

உள்ளே போன வாக்கில் கூவினார்.

'மிஸ்டர்!... முன்வாசலுக்கு வாங்க"

வீட்டின் இடது புறத்திலிருந்து சார் வெளிப்பட்டார். லுங்கிக்கு மாறியிருந்தார். சட்டையில்லாத வெற்று மார்பு முழுக்க கறுப்பும் வெளுப்புமாய் ரோமங்கள்.

"வாங்க" பையைப் பார்த்து" அட... அங்கேயே... விட்டுட்டேனா?"

"இருக்கட்டும் சார்... இந்தாங்க... இங்க பக்கத்துல வெங்காயம் தக்காளி வாங்கணும்" தயங்கினேன்.

"அட வாங்க சார்"

பையை வாங்கிக்கொண்டார். கையை உள்ளே விட்டு மீன்களை அள்ளியவாறே நடந்தார். பக்கவாட்டில் தொடர்ந்தேன். முத்தத்துக்கு குவிப்பது போல் உதட்டைக் குவித்து காற்றை உள்ளிழுத்தார். கூரியர் ஆபிஸில் பார்சல் ஒட்டும்போது செல்லோடேப்பிலிருந்து வரும் அதே சத்தம்! பெரும்பாலானோர் பூனையைக் கூப்பிடுவது 'மியாவ்', 'பூஸி', 'பூச்சைக் குட்டி' அல்லது இப்படி! நாங்கள் வீட்டின் இன்னொரு திருப்பத்திற்கு வந்து விட்டிருந்தோம். சார் கொடுத்த சத்தமோ மீனுடலங்களின் மணமோ பூனையிரைச்சலாய் மாறிவிட்டிருந்தது. நான் எதிர்பார்க்கவேயில்லை. நிறைய பூனைகள். எப்படியும் ஒரு இருபது இருபத்தைந்து இருக்கும். பெரியது, பொடிக்குட்டி, முழுக்கறுப்பு, முழுவெளுப்பு, செஸ் விளையாட்டுப் பலகையே பூனையாக மாறி விட்டது போல பாதிக்குப்பாதி, சிறுத்தை முகம், தேவாங்கு முகம், குரங்கு முகம், சொரியன், பழுப்புப்புள்ளி, சாம்பற்புள்ளி, கலவைக்காரன், பெரிய மீசைக்காரன், ரோமக்காரி, வெளேரென்று சேட்டுப்பெண் ஒருத்தி, அழுக்குப் பாண்டையாக முகம் முழுக்க காயங்களோடு ஒரு தெருப்பொறுக்கி, சாப்பாட்டுக்கென்ன அவசரம் என்பதாக சாவாதனமாய் ஒன்று, தன் வாலையே பாம்பு போல பாவித்து சீண்டி விளையாடும் குட்டி, சிங்கக் குருளையென முன் காலின் மேல் இன்னொன்றைப் போட்டு தன் வாலால் தனக்கே வெண்சாமரம் வீசியபடி ராசதோரணையில் படுத்திருக்கும் ஒன்று... எத்தனை பூனைகள்?

"சார்... இதென்னது? ஒரு பூனைப் பண்ணையே இருக்குமாட்ட இருக்கே?"

சார் என் வார்த்தைகளை அசட்டை செய்து மீன்களை அள்ளி பூனைகளுக்கு ஊட்டிவிடத் துவங்கினார்.

"பாப்போம் சார்" என்று சொல்லிவிட்டு வெளியே வரத் திரும்பினேன். என்னைத்தாண்டி மீனைக்கவ்விக் கொண்டு ஓடிய வெள்ளைப் பூனை (அந்த சேட்டுப் பெண்) எல்லைச்சுவரோரம் சேர்ந்து ஓடி தேக்கங்கன்றுக்கு பக்கத்தில் வைத்து தின்னத் தொடங்கியது. பக்கத்தில் நான்கைந்து மண்மேடுகள். சின்னச்சின்னதாய். காய்ந்திருந்த பூமாலைகள் அவற்றை கல்லறைகள் போலக் காட்டின.

"ஏன்... சார்..." என்று திரும்பியவன். அவரைப் பார்த்தேன். குட்டிப்பூனைக்கு ஊட்டிக் கொண்டிருந்தார். அவரது மடியில் தாய்ப்பூனை. 'கருக்'கென்று மனதில் ஏதோ பட சட்டென்று வெளியேறி விட்டேன்.

பியானோ

திருமதி ரூஃப்பஸை எனக்கு அறிமுகப்படுத்தி வைத்த பாலா, மெல்லிசைக் கச்சேரி வழியாக என் சம்பாத்தியமான நபர்! நண்பர்களை அறிமுகப்படுத்துவதோடு சிபாரிசும் செய்து வாய்ப்புகளை ஏற்படுத்திக் கொடுப்பார். அலைபேசியில் தொடர்புகொண்டார்.

“அண்ணா எப்டி இருக்கீங்க?”

“நல்லாயிருக்கேன் பாலா...”

“பியானோவை கொண்டு வரீங்களாமா? பிரமாதம்!”

“அத இன்னும் அவங்க உறுதி செய்யலயே பாலா?”

“இல்லையே? எங்கிட்ட பேசும்போது ‘உறுதி செஞ்சாச்சு’ அப்படீன்னாங்களே?”

“நிகழ்ச்சி உறுதி. ஆனா... பியானோவை இன்னும் உறுதியா சொல்லல.”

“ஏன்னா? அதுல என்ன பிரச்சின?”

“பணம்தான் பிரச்சன பாலா. வாடகை மட்டுமே ஏழு, எட்டாயிரம் பக்கம் வரும், போக்குவரத்து செலவு கூடுதல், நல்ல எடை இருக்கும். ஏத்த இறக்க கூலி தனி, அதையெல்லாம் விட அடிகிடி எதுவும் படாம பாத்துக்கணும். இத்தனை பிரச்சன இருக்கு அவங்க சொல்ற தொகைக்கு உள்ளே அப்படி செய்யறது சிரமம்”

“அடடா! அண்ணா நான் இப்போ கூப்பிட்டதே அதுக்காகத்தான். இப்போ நீங்க இந்த தொகைக்குள்ளயே பியானோவை கொண்டுவந்தாதானே செல்வாகும்? பியானோ இல்லாமா அப்படி ஒரு நிகழ்ச்சிய செய்தா என்ன?”

“அது வழக்கமானதா தானே இருக்கும் பாலா?”

“இல்லை... இப்போ, நான் என்ன கேட்கிறேன்னா... போன தடவை கீ போர்ட்ல பியானோ சவுண்டை மட்டும் வெச்சு ஒரு நிகழ்ச்சி செஞ்சீங்களே ஞாபகமிருக்கா?”

“ஆமா... ஜென்னீஸ் கிளப்ல”

“ம்ம்... அதே மாதிரி இதையும் செய்ய வேண்டியதுதானே?”

“இல்லை பாலா, இந்த தடவை கண்ணுக்கும் பியானோ வேணும். நான் வேற சும்மாயிருக்காம அந்தம்மாகிட்ட கிராண்ட்

பியானோ இருந்தா எப்படியிருக்கும்னு கற்பனை பண்ணி பாருங்கன்னு எல்லாம் சொல்லிட்டேனே?"

"தப்பில்லைணா, அவங்களும் அதுக்குத்தான் சந்தோஷப் படறாங்க... நான் என்ன சொல்றேன்னா... நீங்க இதே மாதிரி நிகழ்ச்சியைத் தொடர்ந்து செய்ய வாடகை பியானோவை தூக்கிச் சுமந்து கிட்டே இருப்பீங்களா?"

"என்ன சொல்ல வறீங்க பாலா?"

"சினிமா செட்டிங் மாதிரி மரத்துல பியானோ வடிவத்துல கீ போர்டுக்கு ஒரு கூடு செஞ்சுகிட்டா? அதுக்குள்ள கீ போர்டை வெச்சு பியானோ மாதிரி வாசிக்க வேண்டியது தானே? செலவும் மிச்சம். உங்களுக்கும் அடுத்தடுத்த நிகழ்ச்சிகளுக்கும் பயன்படும். எடையும் குறைவாத்தானே இருக்கும்?

"அட"

"செஞ்சு பாருங்களேன்?"

"அப்படியா."

○

பூனை

சந்துக்குள் குட்டி போட்ட வெள்ளைப் பூனையையும் அதன் குட்டிகளையும் குழந்தைகள்தான் கொண்டாடினார்கள்.

"ஹை பூச்சா"

"ஏ பூஸ் குட்டி"

பெரியவர்கள் அலுத்துக் கொண்டார்கள்.

"பூத்தொட்டி மண்ணைப் பூராம் பறிச்சு வெச்சுருதுங்க"

"எங்க வண்டி சீட்டை பிறாண்டி கிழிச்சு வெச்சுருக்கு சனியம் புடிச்சது"

"வீட்டுக்காரய்யா, மராமத்து வேலைக்கு தேவைப்படும்னு அந்த மூலைல மணலக் கொட்டி வெச்சிருக்குறாரு... அதுக்குள்ள பேண்டு வெச்சிருக்குக... ஒரே நாத்தம்."

குட்டி போட்டிருந்த புதிதில் பெரிய மனதோடு ஊற்றப்பட்டுக் கொண்டிருந்த பால் நிறுத்தப்பட்டிருந்தது.

குட்டிகளை விட்டு விட்டு அம்மாக்காரி மட்டும் எங்கேயோ போய்விட்டு வருவாள். குழந்தைகளைப் பார்த்து பயந்துகொண் டிருந்த குட்டிகள் அவர்களோடு விளையாட ஆரம்பித்துவிட்டன.

அந்த தைரியத்தில் வீடுகளுக்குள்ளும் போய் வரத்துவங்கின. எல்லோரும் அதை அனுமதிக்கவில்லை. முதல் வீட்டுச் சிறுமி குட்டி உள்ளே நுழைய முயற்சிக்கும் போது பாதத்தை குட்டியின் வயிற்றுப் பகுதியின் அடியில் நுழைத்து அப்படியே காலாலேயே தூக்கி வீசுவாள். கீழே விழுந்து எழுந்து இன்னும் வேகமாக உள்ளே வரப் பார்க்கும். பாவாடையை விரித்துத் தடுப்பாள். இப்படி பூனையின் 'சமையலறை முற்றுகை' போராட்டமும் அதற்கு 'பாவாடையால் தடுப்போம்' இயக்கத்தினரின் கடுமையான எதிர்ப்பும் தொடர்ந்து நடந்துகொண்டே இருக்கும்.

○

பியானோ

நானும் நண்பர் ஹாரிஸூம் ஆசாரியைத்தேடி ஆத்துப்பாலம் குறிச்சிப் பிரிவுப் பகுதிகளில் அலைந்தோம். மரவேலை செய்யும் நிறுவனங்களின் முதலாளிகளை அறிமுகம் செய்து வைத்தார் ஹாரிஸ். நான்கைந்து பேருக்கு அப்புறம் எங்களுக்கு மன்ஸூர் பாய் கிடைத்தார்.

"எப்போ வேணும்? படம் வரைஞ்சு காட்டுங்க" என்றார். நான் வரைந்து காட்டி விட்டு, அலைபேசியில் தேடி இணையத்திலிருந்த பியானோவின் படங்களையும் காட்டினேன்.

"இது புதிய பறவைல சிவாஜி வாசிக்கறது தானே?" என்றார். "செஞ்சுர்லாம்" கணக்கு போட்டு "மரம், ஆள் கூலி எல்லாம் சேர்த்து பத்தாயிரம் கொடுங்க... அடுத்த மாசம் ரெண்டாம் தேதி தந்துர்லாம்."

"அய்யோ பாய் ! ரேட்டு ரொம்ப ஜாஸ்தி"

அந்தப்பக்கம் திரும்பி "அதுக்கு கொறஞ்சா கட்டாது பாய்" என்றார் ஹாரிஸிடம். பேசிப் பேசி எட்டாயிரத்துக்கு இறக்கினோம்.

அடுத்து தேதி! "பாய்... அடுத்த வாரம் சனிக்கிழமை நிகழ்ச்சி" என்றோம். உண்மையில் ஞாயிற்றுக் கிழமைதான்! ஒரு நாள் முன்னதாக சொல்லிவைப்பது நல்லதென்பது ஹாரிஸின் அபிப்ராயம். மன்ஸூர் பாய் யோசித்துவிட்டு "பாக்கலாம் நாளைக்கு வாங்க" என்று சொல்லி அனுப்பி வைத்தார்.

மறுநாள் குறிச்சியில் ஒரு மரஇழைப்பு மையத்தில் மாம்பலகை களை எடுத்தோம். பியானோவின் கால்களுக்கு மரங்களை தேர்வு செய்தபோது பயனற்றுப் போன பழைய உணவுமேசை கால்களையே உபயோகித்தால் என்னவென்று கேட்டார் பாய்.

தாங்காது” என்று மறுதலித்தேன். புதிதாய் கடையச் சொன்னேன். மறுநாளில் கனசெவ்வகங்களில் இருந்த மாங்கிளைகள் கடைசல் வேலைப்பாடுகள் நிறைந்த குறுந்தூண்களாகியிருந்தன. மூணுகால் தானா? மூணே காலா? என்று இரண்டு மூன்று தடவை சந்தேகமாக கேட்டுக்கொண்டே இருந்தார் மன்ஸூர் பாய். ‘நான் பார்த்த முயலுக்கு அவ்வளவுதான்’ என்பதில் உறுதியாய் இருந்தேன். முயலா? குயிலா? இந்த மரத்தில் குயிலிருந்து கூவியிருக்குமா? தானொரு மரமாய் பிறந்து மரமாய் சாகப்போவதில்லை என்பது இந்த மரத்துக்கு தெரிந்திருக்குமா? ‘மரங்களிலே இவள் மா மரம்’ என்று தோன்றவும் ‘காலங்களில் அவள் வசந்த’த்தை நிகழ்ச்சியின் பட்டியலில் சேர்த்துக்கொள்ள வேண்டுமென்று நினைத்துக் கொண்டேன்.

இரண்டு நாள் வேலைக்குப் பிறகு வடிவாக எழுந்து நின்ற மரத்தைப் பார்த்துக் காதல் வந்துவிட்டது மன்சூர் பாய்க்கு. ‘உன்னை ஒன்று கேட்பேன்’ என்று விசிலடித்தார். மரம் கூச்சத்தில் குனிந்த தலையை நிமிர்த்தாமல் தனது மூன்று கால்களையுமே உற்றுப்பார்த்துக் கொண்டு நின்றது. பாயின் உதவியாளர்கள், ஆசாரி எல்லோருமாய் பியானோவின் அருகில் நின்று தற்படம் எடுத்துக்கொண்டார்கள். பாய், பியானோவில் கீபோர்டை வைத்துக்கொள்வதற்காக கணினி மேசையின் இழுப்பறை போல் பெரியதாக ஒரு இழுப்பறையை இணைத்திருந்தார். தேனீர்க்கடைப்பொடியன் மர ஸ்டூலை இழுத்துப் போட்டு உட்கார்ந்து இழுப்பறையை இழுத்து விட்டுக்கொண்டான். இரண்டு கைகளாலும் இசைஞனைப் போல் அபிநயித்தான். காற்றின் அந்தர வெளியில் இல்லாத பியானோக் கட்டைகளை அவன் அழுத்தி அழுத்தி வாசிக்கலானான். ஆசாரி அதை அலைபேசியில் பதிவு செய்வது தெரிந்ததும் அண்ணாந்து பார்த்து “மருகபா... ஓ... ஓ... ஓ...” என்று ஆலாபனை செய்தான். சுருதி சுத்தமெல்லாம் பார்க்கத் தேவையில்லாத காட்சி. மகிழ்ச்சியின் திரவம் என்னுள் பூத்து, பாதரசத்துளிகள் கைகளைக் கோர்த்துக்கோர்த்து பெருவுருக் கொள்வதாக உருண்டுருண்டு திரள உடல் நிரம்பி விழி தளும்பியது. எண்ணம் செயலாய் பொருளாய் உருக்கொள்ளும்போது மனமொரு போதையில் திளைக்கத்தான் செய்கிறது. சாலையில் போன இரண்டொரு வாகனங்கள் திரும்பி வந்தன வேடிக்கை பார்க்க. பாய் சினிமா ஷூட்டிங்கிற்காக என்றார் பெருமையாக. ஆஹா ... வெற்று மரக்கூடே இவ்வளவு பரவசம் தருகிறதென்றால். உண்மையான பியானோவாக இருந்தால்? என்று நினைக்க நினைக்க கூடவே ‘உண்மையில் இது பியானோவே இல்லை என்றாலும் இப்படி சாலையோரத்தில் நிறுத்தி வேடிக்கை பொருளாக்கி விட்டோமே?’

என்று ஒரு தோணலும் வரவே புனித. செசிலியம்மாளிடம் மானசீகமாக மன்னிப்புக் கோரினேன். பியானோவின் மேல் ஆசாரியின் தேநீர்க்குவளையும் புகையிலைப்பையும் ஜம்பமாய் அமர்ந்திருந்தன. ஆசாரிக்கும் உதவியாளர்களுக்கும் நன்றி சொல்லி, சன்மானத்தைக் கொடுத்துவிட்டு, வாடகைக்கு வண்டி பிடித்து சந்தில் கொண்டு வந்து ஓட்டுநரும் பக்கத்து வீட்டு ஆண்டிசாமியும், நானும், மகனுமாக சேர்ந்து இறக்கினோம்.

O O O

பூனை

இரவு உணவுக்கு முன்பான பிரார்த்தனையில் 'கடவுளுக்குப் பயப்படுவதலே ஞானத்தின் ஆரம்பம்' என்கிற விவிலிய வார்த்தைகளை சின்னவள் வாசித்தாள். வெள்ளைப்பூனையும் அதன் குட்டிகளும் பத்திரமாய் இருக்க வேண்டுமென்பது அவளது இறை வேண்டுதலாக இருந்தது. சந்துக்குள் பிறந்த பூனைக்குட்டிகள் மனதுக்குள் புகுந்து எண்ணத்தை ஆக்கிரமித்து பேச்சு வழியாக வெளிவருகின்றன. வெளிவருகின்றனவே தவிர வெளியேறுவதில்லை. நம்மைச்சுற்றியுள்ள சிறுவுயிரிகளை அறிந்து கொள்ள முற்படுவதுவும் ஞானாரம்பந்தானே? பூனைகளைப் பற்றி நான் அறிந்திராத, மகனும் மகளும் தெரிந்துவைத்துக் கொண்டிருக்கிற புதுவிடயங்கள் அதிசயிக்கத்தக்கதாயிருந்தன. சாப்பிடும்போது துவங்கிய பேச்சு! தலையணையைத் தட்டிப் போட்டு படுத்துக்கொண்ட பிறகும் பூனை வாலைப் பிடித்த கதையாகி வளர்ந்துகொண்டே போகிறது. கரும்பூனைகளை பேய் வளர்க்கும் குட்டிகள் என்பதாக நினைத்திருந்த எனது எண்ணம் 'தென்னம்பழத்தை ஒளிக்கும் சிரட்டை' என்றான் பெரியவன். உண்மையில் கருத்த பூச்சைகள் பேயோட்டுமாம்! துர்மரணமடைந்த ஆத்மாக்களை அது விரட்டுமாம். கருப்பு பூனை முகத்தில் விழிப்பது நல்லது என்றும் பில்லி, சூனியம் போன்ற விஷயங்கள் பூனை வளரும் வீடுகளில் பலிக்காது என்று எதிலோ படித்தானாம். இருவரும் மாறி மாறி சொல்லச்சொல்ல நான் தலையோடு போர்த்துக் கொண்டு உம் கொட்டிக் கொண்டிருந்தேன்.

O

பியானோ

பியானோவைக் கதவருகே மழைக்காகிதத்தால் போர்த்தி வைத்திருந்தேன். காகிதத்தை திறந்து திறந்து பார்க்கிறது காற்று. இழைப்பு முடிந்து வழவழப்புடன் வந்திருக்கிற சந்தனமேனி.

இடை பெருத்த பெண்ணொருத்தி சந்தின் கணிசமான இடத்தை அடைத்துக்கொண்டு படுத்திருக்கிறாள். எவ்வளவு ஓரமாக ஒருக்களித்து படுத்திருந்தாலும் அவளது புட்டம் மட்டும் போகிற வருகிறவர்களை உரசியது. அல்லது அவர்கள் உரசிக் கொண்டு போனார்கள். இரண்டாவது வீட்டுக்குழந்தையைப் பியானோவின் மீது உட்காரவைத்து பசுங்கீரையும் தேங்காயெண்ணெயும் உப்புத்தூளும் கலந்து பிசைந்த சோற்றுருண்டையை ஊட்டி விட்டாள் அதன் அம்மா. குழந்தைகள் அந்தப்பக்கமாக போகும்போது உள்ளங்கையை வாகனங்கள் போலாக்கி பியானோவின் வளைவுகளில் பயணித்தார்கள். இனிமேல்தான் வண்ணம் பூச வேண்டும். பெயிண்டா? வார்னீஷா? என்று ஒரு குழப்பம். போலவே கறுப்பா, கறுஞ்சிவப்பா, மரக்கறுப்பா என்றும் இன்னொரு குழப்பம். சீமாட்டியிடம் கருத்த பியானோ என்று சொல்லியிருப்பதால் அதையே அடித்து விடலாமா? அப்படிச் சொன்னதாலேயே கறுப்பை அடிக்கத்தான் வேண்டுமா? இப்படியெல்லாம் குழப்பவோட்டமான எண்ணங்கள் பியானோவின் கடைந்த மரக்கால்களின் வரிகளாக அலை பாய்ந்தபடியிருந்தன.

வண்ணம் பூசுபவர்களைத் தேடிக்கொண்டிருந்தேன். கூலி குறைவாக கேட்டவர்களை வேலைத்திறன் இல்லாதவர்கள் என்றும் திறமையான ஆட்களை அநியாயக் கூலி கேட்கிறார்கள் என்றும் தவிர்த்தேன். மின்பணியாளர் சொக்கனின் உதவியை நாடினேன். அவருக்கு நிறைய பூச்சுக்காரர்களையும், நீர்க்குழாய் நிபுணர்களையும் தெரியும். கூலி பேசி ஆட்களை அனுப்பிவைத்தார். அவர்களோடு நானும் ஆசைக்கு உப்புக்காகிதத்தை வாங்கி, தேய்க்கிற சாக்கில் பியானோக்கால்களின் திரட்சியைத் தடவித் தடவிப் பார்த்தேன். வண்ணம் பூசுவதைக் குடித்தனக்காரர்கள் வேடிக்கை பார்த்தார்கள். கறுப்பு வண்ணப்பூச்சு முடிந்ததும் பியானோ, காராம்பசுவின் ஓவியத்தை கலைத்து “மாடர்ன் ஆர்ட்” போட்டது போலிருந்தது.

நடுராத்திரியில் மனைவி எழுப்பி,

“ஏங்க ... என்னங்க ... மழ பேயுது ... அந்த பியானோ நனையுதான்னு தெரியலயே?”

அய்யோ! நான் திடுமென்று எழுந்து இருட்டில், குழப்பத்தில், தூக்கவெறியின் தள்ளாட்டத்தில் குழந்தையின் காலை மிதித்து ஓடினேன். மழைக்காகிதத்தில் மேல் நீர்புள்ளிகளும் கோணிய கோடுகளுமாயிருந்தது. நீர்த்தாரைகள் இருளிலும் ஒளிர்ந்தன. பியானோவின் கால்களில் தெறித்த துளிகள் இருந்தன. இசைம

களின் கொலுசைப் பற்றிக்கொண்டு மழையின் குழந்தைகள் தொங்குவது போல.

○ ○ ○

பாடகர் லச்சு என்கிற லட்சுமணன் ‘உனக்கென்ன வேணும் சொல்லு’ பாடலைப் பாடிக்கொண்டிருந்தான். ஃப்ளோராவிடம் “என் வானிலே பாடறியாம்மா?” என்றதும் தலையாட்டி “ம்ம்... சூப்பர்ணா” என்று மகிழ்ந்து டயரியை எடுத்து பாடலைத்தேட, அரங்கத்தில் சலசலப்பு. குழந்தைகள் கூச்சலிட்டனர். ஆனந்தக் கூச்சல். ஓ... அஜித் பாடல் என்பதாலா? இரண்டாவது சரணம் வந்துவிட்டதே? இப்போதா? ஃப்ளோரா கண்கள் மின்ன “அண்ணா... சான்ஸே இல்லண்ணா... ப்ரமாதம்...” என்று கைகொடுத்தாள். பியானோ பக்கம் கையை காட்டிவிட்டு இரண்டு கைகளாலும் தன் கன்னங்களை ஏந்தி ஆச்சரியப்படவும் செய்தாள். பியானிஸ்ட் வாசிப்பதைக் குறிப்பிடுகிறாளா? “ரமேஷ்தான் பிரமாதமா வாசிப்பாரே?” என்றேன். முன்னைவிடவும் குழந்தைகள் துள்ளித் துள்ளி கூச்சலிட்டன. பியானோவை வாசித்துக் கொண்டிருந்த ரமேஷும் மகிழ்ச்சியை இசைக் குறிப்புகளாக்கி காற்றிலேற்றி அரங்கத்தில் பரவச்செய்தார். ஒப்பனையில் முகத்தில் ஆங்காங்கே துணுக்குகள் மின்ன திருமதி. ரூபஸ் ஓடிவந்து என் கைகளைப் பற்றிக்கொண்டு ரத்தச்சிவப்பு உதடுகளைத் திறந்து “ஓ... என்னவொரு ஆச்சர்யம்... ஓ... என் கடவுளே... நன்றி” என்றாள். பியானோவின் தோற்றத்தைத் தாண்டி, திரையிசைக் கவர்ச்சியைத் தாண்டி, நிகழ்த்துபவர்களின் திறமையைத் தாண்டி, கடவுளின் கை செய்திருப்பது என்னவென்று தெரிந்துகொள்ள ரூஃபஸின் கைகளை விட்டுவிட்டு மேடையைப் பார்த்தேன். பாடல் முடிந்து பியானோ இசை மகிழ்ச்சிப் பிரவாகத்தை கொட்டிக் கவிழ்த்துக் கொண்டிருக்க,

ஓ... என் கடவுளே!... நானும் பார்த்துவிட்டேன். திறந்திருந்த பியானோவின் உள்ளிருந்து எட்டிப்பார்ப்பதும் பதுங்குவதுமாக பூனைக்குட்டிகள். மூன்று! வெள்ளை, சாம்பலில் வெள்ளை, அப்புறம் வெள்ளையில் சாம்பல்! அரங்க விளக்கொளிக்கும் பியானோவின் கருவண்ணப் புதுப்பூச்சுக்கும் எதிராக வெண்ணாடை தேவதைகள் பூனைக்குஞ்சுகளாய் வடிவெடுத்தது போல கருமுத்துக் கண்களுடன்... என்னவொரு காட்சி. இவைகள் எப்படி இதற்குள்? நேற்றைய மழைக்கு அம்மாக்காரி கவ்விக்கொண்டுவந்து போட்டிருப்பாள். தலைக்குள் சட்டென்று புதுத்தோணலொன்று மின்ன ஓடிப்போய் ஃப்ளோராவின் காதில் கிசுகிசுத்தேன். வேகமாக தலையாட்டிவிட்டு போன ஃப்ளோரா, ஒலிவாங்கியை எடுத்து “மியாவ்... மியாவ்” என்றாள்.

பெரியவர்களும் கைகளைத்தட்டி ஆரவாரம் செய்து துள்ளிக் குதித்தனர். சிரிப்பொலி. இடைவெளி விட்டு திரும்பவும் "மியாவ்... மியாவ்" கூச்சலும் கைத்தட்டலும் அலைபோலெழுந்து அடங்க

"மியாவ்... மியாவ் பூனைக்குட்டி
வீட்டைச் சுத்தும் பூனைக்குட்டி
அத்தான் மனசு வெல்லக்கட்டி
அவர் அழகு எப்படி சொல்லுக்குட்டி"

முழுப் பல்லவியையும் பாட, தாளமும் சேர, ஜோராக பெருமூச்சு விட்டுக் கொண்டேன்.

○ ○ ○

பாடகர்களுக்கும் வாத்தியக்காரர்களுக்குமான மரியாதையை செய்து அனுப்பியாயிற்று. வண்டி ஓட்டுநரும் வந்துவிட்டார். "ஏத்திக்கலாமுங்களா?" என்று கேட்டுவிட்டு என் வார்த்தைக்காக காத்திருந்தார். திரும்பி, பியானோவைப் பார்த்தேன். பூனைக்குட்டிகளை அதற்குள்ளேயே விட்டு அவைகளுக்கு துணையாகத் தன்னுடைய பூத்துவாலை விட்டுச் சென்றிருந்தார் பியானோக்கலைஞர். பதனமாக ஏற்றி வைக்கச்சொன்னேன்.

ஓட்டுனரிடம் நான் "மெதுவாப்போங்க" என்றேன்.

"பிரவசத்துக்கு ஓட்டற மாதிரி ஓட்டறேன் சரீங்களா?" என்றார். "உண்மையிலயே அது கர்ப்பிணிதானுங்க உள்ள மூணு குட்டி கெடக்குது" என்றதற்கு "ஊம்... நெசமாலுமா?" என்று ஆச்சரியப்பட்டார். அவர்களை முன்னால் அனுப்பிவிட்டு திருமதி ரூஃபஸுக்கும் குடும்பத்தினருக்கும் நன்றி சொல்லி கிளம்பி வந்து சேரும்போது பியானோ பழைய இடத்தில் இருந்தது. மழைக்காகிதத்தை போர்த்தி கொண்டிருந்தாள் இவள். சந்து முழுவதும் பூனைக்கதை.

"ஏன் கேக்கறீங்க? இது வந்து எறங்கற வரைக்கும் அம்மாக்காரி இதுக்கும் அதுக்கும் லாத்திக்கிட்டே இருந்தா! எங்களுக்கும் ஒண்ணும் புரியல. அவங்க எறக்கி வெச்சதும் தவ்வி மூணையும் கவ்விட்டு போயிருச்சு."

"அவிய அம்மா சத்தங்குடுக்கற வரைக்குமே மூச்சுக் காட்டாம இருந்துச்சு பாத்தீங்களா மூணும்?" இரண்டாவது வீட்டுக்கார அக்காளுக்கு வியந்து தீரவில்லை.

○

பிரிட்டோ

காலையில் கொஞ்சம் நிம்மதியாக இருந்தது. ஒரு வேலைமுடிந்ததும் வரும் நிம்மதி. பாரத்தை இறக்கி வைத்து துண்டை உதறி நெற்றியை

ஒற்றிக் கொள்கிற நிம்மதி. தெருமுக்கிலிருந்து தேநீர்த்தூளும் பாலும் கையுமாக திரும்பி வருகையில் தள்ளுவண்டியில் காய்கறி விற்கும் பொன்னாத்தாள், வெங்காயத்தொலிகளை தூர்த்துக் கொண்டிருக்க, வெங்காயத்தை நிறுத்தித் தரச்சொன்னேன். பிரிட்டோசாரின் வீட்டுக்கு எதிர் வீடு பொன்னாத்தாளுடையது.

"சுக்குட்டிக் கீரையிருக்கு வேணுமா?" என்றவளிடம்,

"என்ன? சார் வீட்டுக்குள்ள... ரெண்டு, மூணு கல்லறைக மாதிரி பூவெல்லாம் போட்டு இருக்கு?" என்றதற்கு

"அக்காங்" என்றதுடன் "தக்காளி வேணுமா?" என்று கேட்டாள். ஆமென்று தலையாட்டி விட்டு "யாருது?" என்றேன்.

"நாட்டுத்தக்காளியா? ஆப்புளா?" என்று கேட்டு, காட்டியதைப் பொறுக்கிக் கொண்டே,

"அதையேன் கேக்குரீங்? பூனைகளுக்கு கூட சாமி கும்புடுது அந்தாளு! பாவம்."

"வளர்த்து செத்த பூனைகளுக்கா?"

"அக்காங்... அதுகளாவே வந்து, கடைசியா இந்தாளு கையில வாங்கித் திண்ணுட்டு செத்துப் போகும். அதென்ன கெரகமோ தெரில... பாவம் மகராசன்! மனுசனுக்கு செய்யறாப்புலயே எல்லாஞ்செய்வாப்புடி. தண்ணி ஊத்தி, கோடி போட்டு... வாய்க்கரிசி போட்டு... ஒப்பாரி வெச்சு... சொல்லச் சொல்ல நான் துணுக்குற்றுத் தயங்கி,

"சாருக்கு கொழந்தைக..." என்றதும்

"அந்தக் கடவுளுக்கெல்லாம் கண்ணிருந்தா இந்த மனுஷனுக்கு எத்தனையோ குடுத்திருக்கோணும். கெரகம்புடிச்ச சாமிக்கு செல நேரம் கூறு கெட்டுருமாட்ட இருக்குது" என்றவள்

"அரைக்கிலோ போதுமா?"

போதுமென்று சொல்லி வாங்கிக்கொண்டபோது இன்னும் இரண்டு பழங்களை எடுத்து போட்டு,

"உங்க காம்போண்டுக்குள்ள இருந்துச்சல்லோ வெள்ளப்பூனை? அவரு வூட்டுக்குத்தான் குட்டிங்கள தூக்கீட்டு வந்து போட்டுருக்குதாமா"

பெருமூச்சு விட்டு வானம் பார்த்தேன்.

"அனாதைகளுக்கொரு தகப்பனைக் காட்டினீரே! உமக்கு ஸ்தோத்திரம்!"

பியானோ

இரண்டு நாள் கழித்து வீட்டு ஓனரிடமிருந்து அழைப்பு. வாடகைக்கு இன்னும் நாள் இருக்கிறதே?

"சார் வணக்கம்."

"வணக்கம் நல்லா இருக்கீங்களா?"

"எப்புடிப் போகுது?"

"ம்ம்ம்... பரவாயில்லை சார்."

"சார்! ஒண்ணுமில்ல... நம்ம காம்பவுண்டுல, வண்டிகள நிறுத்த... புடிக்க... கொஞ்சம் சிரமமாயிருக்காம், ஏதோ டேபிள செஞ்சு கொண்டு வந்து வெச்சுருக்கீங்களாமா? என்னங்க அது டைனிங் டேபிளுங்களா?"

"இல்ல... சார் பியானோ."

"ஓஹோ... என்னமோ... அதைய உள்ள வெச்சுக்க முடியாதுங் களா?"

"அய்யோ சார்! அது... வாசல் இடிக்கும்."

"காலை கழட்டி உள்ள கொண்டு போயி மாட்டிக்க முடியாதுங்களா?"

"இல்ல சார்... அது முடியாது. ஆனா எனக்குப் புரியுது ஒரு ரெண்டு நாள் டைம் குடுங்க... வேறெ எங்கியாச்சும் கொண்டு போய் வெச்சர்ரேன்."

"எனக்கெல்லாம் ஒரு ஆட்சேபனையுமில்லீங்க மத்தவங் களுக்கு தொந்தரவில்லாம பாத்துக்கங்க அவ்வளோதான்."

"சரீங்க சார்... நான் கொண்டு போயிடரேன்... ஒரு ரெண்டே நாளு..."

"ம்ம்"

காம்பவுண்டில் பியானோவுக்கு மரியாதை குறைந்து போனது. முதல் நாள் கண்களை விரித்து வேடிக்கை பார்த்தவர்கள் எல்லாம் இப்போது இடுக்கி வைத்துக்கொண்டு "எப்போ எடுப்பீங்க?" என்று விசாரித்தார்கள்.

சந்தின் தளத்துக்கு சாணியைக் கரைத்து ஊற்றி, தென்னங்குச்சி சீமாரில் சீர் செய்துவிட்டு, அந்த சீமாரையும், குப்பை முறத்தையும் பியானோவுக்கு அடியில் போட்டிருந்தார்கள். பியானோவின் கால்களெல்லாம் சாணிச்சகதி.

"என்னால சமாளிக்க முடியலங்க" என்றாள் இவள்.

ராத்திரி பத்தரை மணி இருக்கும். ஐந்தாவது வீட்டுக்காரத் தம்பி கதவைத் தட்டினான்.

"ஏனுங்ணா ... இதை தூக்கி அந்த படிக்கட்டு சந்துல போட்டுரலாங்களா?" என்றான் பியானோவைக்காட்டி.

"வண்டி மழையில நனையுது அதானுங்".

நானும் மகனும் அந்தப் பையனுமாக அதை நகர்த்தி படிக்கட்டுக்கு அடியில் கொண்டு வந்தோம். வருகிற வழியில் 'டமக்'கென்று மோட்டார் படியில் இடித்துவிட்டது. சத்தமாக ஒரு கெட்டவார்த்தையைச் சொன்னான் அந்தப் பையன்.

"ஏந்தம்பி அடி எதும் பட்டுருச்சா" என்று கேட்டதற்கு பதிலே பேசவில்லை. நான் என் மகனின் கண்களைத் தவிர்த்தேன். அந்தப்பையன் வண்டியை எடுக்கப் போனபின்பு பியானோவைப் பார்த்தபோது அதன் ஒரு கால் உடலோடு சேருமிடத்தில் நன்றாகவே விரிசல் விட்டிருந்தது.

காலையில் முதல் வீட்டுக்காரரின் மகள் வந்து "அங்கிள் ... அம்மா துணி துவைக்கணுமாம்" என்றாள். சரி, அதற்கு நான் என்ன செய்ய வேண்டும்? அடக் கடவுளே! படிக்கட்டின் அடியில் பியானோவைப் போட்டிருக்கிறோம்! அதைக் கடந்துதான் துவைக்கிற கல்லுக்குப் போக வேண்டும். நான் போய் பார்த்தபோது அந்தப் பெண்மணி இடுப்பில் கைகளை வைத்துக்கொண்டு என்னை முறைத்தபடி,

"எப்படீங்க அந்தப்பக்கம் போறது?"

என்று கேட்க, நான் விழித்தேன். பியானோவின் மேல் துவைக்க வேண்டிய துணிகளும் பிளாஸ்டிக் வாளியும் இருந்தது. ஒரு சோப்புக்கட்டியும், தேய்க்கும் பிரஷும் எதிரெதிரே மோதிக் கொண்டு சாலையில் கவிழ்ந்து கிடக்கும் வாகனங்களாக தோற்றங்காட்டின.

"கொஞ்சம் விலகிக்கங்க" என்று சொல்லிவிட்டு மெதுவாக வாளியை எடுத்து படிக்கருகில் கொண்டு போய் வைத்துவிட்டு வந்து பியானோவைத் தீர்க்கமாகப் பார்த்தேன்.

"உனக்கு அகல நீளம்தான் அதிகம்! உயரம் குறைவுதான் இல்லையா?" என்று முணுமுணுப்பாக கேட்டபடியே அதன் ஒரு காலைப்பற்றி மெல்ல முன்னிழுத்து தூக்கினேன். முன்னங்கால் களைத் தூக்கி நிற்கும் குதிரை மாதிரி ஒற்றைக் காலை என்கையில் கொடுத்துவிட்டு பேந்தப்பேந்த முழித்தது பியானோ. கழிவிரக்கமும்

கோபமும் சேர்ந்துகொண்டு என்னை மூர்க்கமாக்க "ஹூப்" என்று மூச்செடுத்து அதன் ஒற்றைக்காலை என் தோளுக்கும் மேலாக தள்ளித்தூக்கி விட்டு விலகி சுவரோடு சேர்ந்துகொண்டேன். மனதை அச்சுறுத்தும் வகையிலான பெருஞ்சத்தமொன்றை உருவாக்கிச் சரிந்தது பியானோ. டர்ட்ட்ர்ர்ரக்... என்பதுபோல இரண்டொரு முனகலுக்குப்பிறகு அடங்கியது. சரியாக வண்ணம் பூசப்படாத அடி வயிற்றுப்பகுதியின் மரத்து நிறம் தெரிவதைப் பார்த்து பெருமூச்சுவிட்டுத் திரும்பினேன். என்னையே பார்த்துக் கொண்டு நின்ற அந்தப் பெண்ணிடம்

"இப்போ போலாம் போங்க என்றேன்" பவ்யமாக.

"இது மேல கூட காயப்போடறதுன்னா போடுங்க தப்பில்ல" என்றேன். உள்ளே கடுங்கோபம்தான். ஆனால் அது அவள் மீதானது அல்ல. அது எந்த வகையிலும் நியாயமானதுமல்ல. எனக்கு என் மீதுதான் கோபம்!

"நீ குடியிருக்கிற சந்துக்கு பியானோன்னா என்னான்னு தெரியுமா? அட சந்தை விடப்பா, உனக்குத் தெரியுமா? நீ யாரு? இல்ல தெரியாமத்தா கேக்கறேன் யாரு நீயி? சொல்லு பாக்கலாம்? உனக்கு என்னப்பா தெரியும்? மனசுக்குள் கத்திக்கத்திப் பேசினேன். ஆமாம் எனக்கு என்னதான் தெரியும்? இசைக்குறிப்புகளை அறிவேனா? முறையாக எதையாவது கற்றுக்கொண்டேனா? பியானோவை அரசி என்று வைத்துக்கொண்டால் எனக்கெல்லாம் ஒரு சேடிப்பெண்ணைத் தொட்டுப்பேசும் தகுதியாவது இருக்கிறதா? எதற்கு இந்த வேண்டாத வேலை? 'வேண்டாத வேலை' என்கிற எளிய சொற்சேர்க்கை என்னைக் கேலி செய்ய எவ்வளவு பொருத்தமாய் இருக்கிறது. சினிமாப்பாட்டு பிடித்தால் கேட்பதோடு நிறுத்திக் கொள்வதுதான் முறை. இது வேண்டாத வேலை. எது? இதையே தொழிலாக வைத்துக்கொள்வது என்று முடிவுகட்டி அதையே கட்டி முட்டி சாவது வேண்டாத வேலை. அலறிக்கொண்டே இருக்கிறது மனம். பிரச்சினை இப்போது இதுவல்ல. இந்தப் பியானோவை எங்கே வைப்பது? வீட்டுக்காரர் சொன்னமாதிரி வீட்டுக்குள் வைக்க முடியாது மூன்றே அறைகள் கொண்ட வீடு. சமையல் அறையையும் சேர்த்து! ஒரு மின்னலில் வெள்ளைப்பூனையும் அதன் குட்டிகளும் பிரிட்டோ சாரும் வந்து போக, நம்பிக்கை மாதிரி ஒன்று வந்து சுடர் விட்டது. வெள்ளைப்பூனைக்கு பிரிட்டோ சார் வீடு கிடைத்த மாதிரி பியானோவுக்கும் ஒரு இடம் கிடைத்து விடாதா என்ன? ஹூம் அது பூனை! உயிருள்ள ஜீவன்! ஜீவனுள்ள பிராணி! சரி. இது? சும்மா... இடத்தை அடைத்துக்கிடக்கும் ஒரு பொருள். இசைக்கருவியும் இல்லை! வந்த சுடரும் சுணங்கிப்போனது!

சாலையில் நிற்காமல் ஓடிக்கொண்டிருந்த வாகனங்களை வேடிக்கை பார்த்தபடி நின்றிருந்தேன். திடீரென்று மனசு அமைதியாகி விட்டது. வேண்டுதல் போலக் கூட எந்த எண்ணமும் வரவில்லை. எவ்வளவு நேரம் அப்படி நின்றுகொண்டிருந்தேனோ?

ஏதோ ஒரு கை தோளைத்தொட திரும்பினேன். சந்தோஷ்! “ஹலோ! என்ன அப்படியே காத்தாட ஜாலியா நின்னுட்டீங்க?” என்று கேட்ட அவருக்கு வெறுமனே பதிலொன்றும் சொல்லாமல் புன்னகைத்து வைத்தேன். ஒரு அசட்டுப்புன்னகை. கசப்பு தெரிந்ததோ என்னவோ? “வாங்க டீ சாப்பிடலாம்” என்றார். “இல்ல ... நான் ...” என்றதையெல்லாம் பொருட்படுத்தாமல் “அட வாங்க சார்” என்று கையைப் பற்றி இழுத்தார். அவர் ஒரு வடிவமைப்பாளர். இணைய இதழ்கள், நவீனப்புத்தகங்களின் அட்டையோவியங்கள், பெருநிறுவனங்களின் விளம்பர வடிவமைப்புகள் போன்றவற்றை வடித்தெடுக்கும் அற்புதக் கலைஞர். அவரது அலுவலகம் பாப்பாக்கள் சொல்வதுபோல “ரொம்ப ரொம்ப அழகானது”. பாகிஸ்தானிய பாடகன் நுஸரத் ஃபடே அலிகானின் பெரிய படமும், அலமாரிகளில் விதவிதமான கண்ணாடிக் குவளைகளும், அலங்காரக் கலைப்பொருட்களும், ஓவியங்களும் அவருக்குப்பிடித்த ஆரஞ்சு வண்ணச்சுவர்களும் எல்லாமுமாக சேர்ந்து அந்த அழகைக் கொண்டுவருகின்றனவா? அல்லது சந்தோஷின் மனமா? என்று சின்னக் குழப்பம் இருக்கிறது எனக்கு.

எலுமிச்சைத் தேநீரோடு வந்து அமர்ந்து “அப்புறம்... என்ன ஆழ்ந்த சிந்தனை?” என்று சிரித்தார். பெரிதானாலும் குழந்தைத் தன்மையோடே இருக்கிறவர்கள் பாக்கியவான்கள். சந்தோஷ் பாக்கியவான். அவரது முகவெளிச்சத்தின் தயவில் நானும் சிரித்துக்கொண்டே,

“ஒண்ணுமில்ல ...” என்று தொடங்கினேன். ஒரு கணம் ‘ஒண்ணுமில்லதானே’ என்றும் தோன்றியது.

“கச்சேரிக்காக டம்மியா ஒரு பியானோ பாடி ஒண்ண செஞ்சோம்”

“அட ... ம்ம்.”

“கச்சேரியெல்லாம் முடிஞ்சது, அத இப்ப எங்க வெக்கறதுன்னு பிரச்சன! எடமில்ல” என்றேன். எவ்வளவு சுருக்கமாய் சொல்லி விட்டேன்! உண்மையிலேயே பிரச்சினை சிறியதுதான் போலும்.

“அதுக்கென்னங்க? கொண்டுவந்து எங்க ஆஃபீஸ்ல கூட வைங்க எனக்கும் பெருமையா இருக்கும்” என்றார்.

"என்னங்க டீ ஆறுதுங்க... ஏங்க டீ ஆறுது" என்று உலுக்கிய இவளைப் பார்த்து கண்களை கசக்கிவிட்டுக்கொண்டே புன்னகைத்தபடி கையில் வாங்கிக்கொண்டேன். ரொம்ப நேரத்துக்கு அதை உறிஞ்சிக்கொண்டிருந்தேன். அப்புறமாக குளித்துவிட்டு வந்து போனை எடுத்து,

"வர்ரீங்களா"

"ஒரு பத்தரை மணிக்கு? "

"ஆமா"

"ரைட்டு"

இப்போதும் பிரசவத்துக்கு ஓட்டுவது போலத்தான் ஓட்டுகிறார். என் வண்டியில் பின் தொடர்ந்து போய் அந்த அலுவலகத்திற்குள் புகுந்து பின் வெளியே வந்தேன். கொஞ்ச நேரம் கழித்து வெளியே வந்தவர் இடது பக்கமிருந்த டீக்கடைக்காரரை விசிலடித்துக் கூப்பிட்டார்.

"ராஜூ ... நம்ம பசங்க உள்ள இருந்தா வரச்சொல்லு"

உள்ளே இருந்து வந்த இரண்டுபேரில் ஒருத்தன்,

"என்னா மோலாளி விசிலு சத்தமெல்லாம் பலம்ம்மா இருக்குது?' என்று கேட்டவாறு தவ்வி வண்டியில் ஏறினான். மற்றவனும் ஏறப்போக மறுப்பது போல் இடது கையைக் காட்டித்தடுத்து "வேணா ... சம்முகா! நா ... தள்றன் வெயிட்டு கெடையாது! நிய்யி, கீழ சரியாம புடிச்சி வெய்யி என்னா ..."

'சம்முகன்' தூக்கிப்போட்ட கடப்பாரையை அண்டக் கொடுத்து வாகாக, படு லாவகமாக, ஒரே தள்ளு! தடக்கென்று தரையிறங்கியதில் சுளுக்கிவிட்டது போலும். கால்களை மடித்து உட்கார்ந்து கொண்டது என் காராம்பசு. "ஹூம்" என்று பெருமூச்சு விட்டு அமர்ந்த மாதிரியுமிருந்தது. அதற்குப்பிறகு அதனிடமிருந்து எந்த சத்தமும் இல்லை. அமைதியோ அமைதி. மனமாக தயாராகி விட்ட அடிமாடுகளிடம் வந்துவிடுகிற அமைதி!

ஒற்றைக்கிளி

இதை விடவும் பொருத்தமான பெயர் எப்படி இருக்க முடியும்? 'கிக்கி' என்று நாங்கள் கூப்பிட்டபோது அதுவும் 'கிக்கி' என்று சொல்லி அதை ஏற்றுக்கொண்டது. இனி யாருடைய சம்மதம் வேண்டும்? ஜோக்குட்டி அதற்கு வேறு பெயரை வைக்க நினைத்திருந்தானா தெரியவில்லை. அதற்கு பெயர் வைத்தாயிற்று என்று சொன்னபோதும் அவன் அதைக் கவனித்த மாதிரியில்லை. சும்மா சிரித்து வைத்தான். அவன் என்று சொல்கிறேன், நியாயமாக அவனை அண்ணன் என்றுதான் குறிப்பிட வேண்டும். ஜோக்குட்டிக்கு மட்டுமல்ல அவனது தம்பி ரேக்குட்டிக்கும் இரண்டு வருடம் இளையவன் நான். 'கிக்கி' என்பது ஒரு துரையின் பேரைப் போலவும் இருக்கிறது தானே? நான் கேட்டபோது லத்தீப்பும், ராஜேந்திரனும் வேகமாக தலையாட்டினார்கள். ஆட்டாமல் இருந்திருந்தால் நிச்சயமாக 'டூ' விட்டிருப்பேன். இதில் அதியதிசயம் என்ன தெரியுமா? கிக்கியும் சேர்ந்து தலையாட்டியதுதான். வேலிக்கல் ஓணான் ஆட்டுவதைப் போல ஆட்டியது. சமயங்களில் யாரும் எதையும் கேட்காத போதும் அது தலையை ஆட்டிக் கொண்டே இருந்தது. "இந்தாங்கடா" ஆளுக்கொரு தேக்கரண்டி 'பூஸ்ட்டுப் பொடி'யை உள்ளங்கையில் கொட்டினான் ரேக்குட்டி. ராஜேந்திரன் ஒரே

நக்காக நக்கித் தீர்த்தான். பஞ்சாமிர்தப் பழக்கம். லத்தீப்புக்கு மீசை வந்திருந்தது. நான் சிட்டிகை சிட்டிகையாக எடுத்து வாய்க்குள் போட்டேன். தீர்ந்து விடுமே? "பூஸ்ட்டுப் பொடியத் திங்கறதுக்கு இந்த பசங்க அந்த அழுக்குதொரைக வீட்டுலயே பழியா கெடக்கறானுங்க "என்று ராஜேந்திரனின் அக்கா எங்கள் வீட்டில் வந்து சொல்லி எனக்கு அடி விழுந்தது. அடி வாங்கிய அன்றைக்கு சாயங்காலமே பரிகாரமாக ஆறுமுகா தேநீரகத்தில் பாலாடை வாங்கித் தந்தார் அப்பா. பகலெல்லாம் தேநீர் போடும்போது அலுமினியக் கும்பாவில் காயும் பாலை, கரண்டியால் எடுத்து ஊற்றும் முன்பு அனிச்சையாக மேலாப்பில் ஆறி மிதக்கும் பாலாடையை ஒதுக்கிவிட்டு பாலைச் சேந்திச்சேந்தி ஊற்றுவார் ஆறுமுகண்ணன். ஒதுக்கப்பட்ட பாலாடை ஓரளவு சேரச்சேர அதை மட்டும் மீன் பிடிப்பதுபோல கரண்டியில் அள்ளித் தனியாக பாட்டாவில் சேர்த்து வைப்பார். இருட்டுகிற நேரத்துக்குப்போய் பாலாடை வேண்டுமென்று என்னைப் போல் அரைக்கால் சட்டைப் பையன்கள் ஒன்றரை ரூபாய் கொடுத்து கேட்டால் அத்தனைப் பாலாடையையும் அள்ளி, கண்ணாடிக் குவளையில் நிரப்பி இரண்டு தேக்கரண்டி சர்க்கரையைப் போட்டு அதே கரண்டியால் 'டக்கினிடக்கினி' என்று சத்தம் வர அடித்து, குடிப்பதற்கு ஏதுவாய் கால்கரண்டி பாலை ஊற்றி, கனிந்த முகமாக "இந்தா கண்ணு சாப்புடு சாமி" வேட்டி நுனியில் தம்ளரைத் துடைத்து தருவார். இரண்டு கைகளாலும் அதை ஏந்தி உறிஞ்சிவிட்டு பன்றியின் வாய் போல உதடு குவித்து 'அபூம்சக்கா' என்று கத்துவேன். அபூம்சக்காவென்றால் பாலாடையின் ருசி அபூம்சக்காவாக இருக்கிறது என்று அர்த்தம். ஒரு நாளாவது லத்தீப்புக்கும், ராஜேந்திரனுக்கும் இந்த பாலாடையை வாங்கிக் கொடுக்க வேண்டும். சாப்பிட்டுவிட்டு என்னுடைய 'அபூம்சக்கா'வுக்கு மாற்றாக அவர்கள் சொல்லப் போகும் வார்த்தை என்னவாயிருக்கும் என்று தெரிந்துகொள்ள வேண்டும். அதே போல இன்னொரு தடவை பூஸ்ட்டுப் பொடியைத் தின்னாமல் அப்படியே எடுத்துக்கொண்டு வந்து பாலாடையில் கலந்து சாப்பிட்டுப் பார்க்க வேண்டும். ரேக்குட்டிக்கும், ஜோக்குட்டிக்கும் தினந்தோறும் பூஸ்ட்டுப் பொடியைப் பாலில்தான் கலந்து கொடுக்குமாம் சின்ன மலரக்கா. அம்மா நிறைய சொல்லும் சின்னமலரக்காவைப் பற்றி. சின்ன மலரக்காவுக்குத் தன் பிள்ளைகள் இரண்டும் துரைகளைப்போல வளரவேண்டும் என்று ஆசை. "அதுக்கு ஆசப்பட்டுத்தான் தொரைய கட்டிக்கிட்டேன்" என்று சொல்லும். பெல்மாண்டோ துரை வெள்ளைக்கார மிஸிக்கும் ரயில்வேக்கார மலையாளி அப்பனுக்கும் பிறந்தவர்.

“ஆல் ரெடி ஐ டோல்டு யூ நோ? ஞான் ந்நேரத்தே நிந்நோடு பறஞ்ஞிருந்நதல்லேடா”

இங்கிலீஷையும் மலையாளத்தையும் கலந்து கலந்து பேசும் துரைக்கு ரயில்வேயின் சமிக்ஞை, தொலைதொடர்பு பணிமனையில் ஃபோர்மேனாக வேலை. துரைக்கும், சின்ன மலரக்காவுக்கும் அடுத்தடுத்து பிறந்த இரண்டு குட்டிகளும் நிறத்தில் துரையைப் போலல்லாது அக்காளை நகலெடுத்தாற் போலிருந்தனவாம். துரைக்கு கவலையில்லை. அக்காளுக்குத்தான் ரொம்பவும் விசனமாம். விசனத்தைக் கொஞ்சம் கொஞ்சமாக மறந்துவிட்டு இரண்டுபேரையும் ஆளாக்கத் தலைப்படுகையில் பணிமனையில் துரையின் முதுகெலும்பில் அடிபட்டுவிட படுத்த படுக்கையானாராம். இரண்டாவது மாதத்தில் துரையின் தங்கை வீட்டிலிருந்து வந்து பாலக்காடு ரயில்வே மருத்துவமனையில் வைத்து மருத்துவம் பார்த்துக்கொள்வதாக அவரைத் தூக்கிக்கொண்டு போக, சின்ன மலரக்காவும் வீட்டுச் செலவுக்காக வீதியிலுள்ள பெண்களுக்கு உள்பாவாடை, பாடி இதர சமாச்சாரங்களை வாங்கி கால் நடையாகவே நடந்து போய் விற்கத் துவங்கியது. அக்காவுக்கு இந்த பாவாடை, பாடி, ரவிக்கைத்துண்டுகளையெல்லாம் புடவைக்காரர்தான் கொண்டுவந்து கொடுப்பார். அவர் பெயரே புடவைக்காரர்தான்!. வந்தால் கொஞ்ச நேரம் ரேக்குட்டி வீட்டில் இருந்துவிட்டுத்தான் போவார். அவரும் சின்னமலரக்காவும் பாவாடை விற்ற கணக்கு எழுதிக்கொண்டிருப்பார்கள். வீடெங்கும் புதுத்துணியாக இரைந்து கிடக்கும். அப்படியான சமயங்களில் அவரது சைக்கிளை, வீதிக்கு தள்ளிக் கொண்டுவந்து நானும், ரேக்குட்டியும் குரங்குபெடல் போட்டு ஓட்டுவோம். சில சமயம் அவரிடமிருந்து காசு வாங்கி எங்களுக்கு கொடுத்தனுப்பும் சின்னமலரக்கா. துரையின் தங்கை மகனை வாரிசாக ரயில்வே வேலைக்கு எடுத்துக்கொண்டதாக கேள்விப்பட்ட சின்னமலரக்காளுக்கு துரை இறந்துபோன சேதியைச் சொல்லவே இல்லையாம். சிகிச்சைக்கு ரயில்வே மருத்துவமனையில் சேர்க்கப்படவே இல்லை என்பதும் பின்னால்தான் தெரிந்ததாம். அதற்கு அப்புறம்தான் சின்ன மலரக்காவுக்கு ஆங்காரம் கூடிப்போய் மகன்களை ஆளாக்குவதில் தீவிரம் காட்டியது. ‘துரைப்பசங்க’ என்று அக்காள் குறிப்பிடுவதன் மூலமே அவர்கள் துரையின் மகன்களாக அறியப்பட்டார்கள். தெருப்பையன்கள் இவன்களின் தோற்றப்பொலிவைக் கொண்டு ‘அழுக்கு தொரைக’ என்று சொல்ல அதுவே அவர்களின் அடையாளமாகிப் போனது.

"எவனோ அப்புடி சொல்லீட்டுப்போட்டும் நீ அப்படியெல்லாஞ் சொல்லக் கூடாது" அம்மா என்னிடம் சொல்லியிருக்கிறது.

நானும் அப்படிச்சொல்லுவதில்லை என்பதால்தான் என்னை விளையாட சேர்த்திக் கொள்கிறான்களோ என்னவோ?

ரேக்குட்டியின் வீடுதான் எங்களது விளையாட்டுக் கூடம். லத்தீப், ராஜேந்திரன் அப்புறம் நான் மூன்று பேரும் சேர்ந்துதான் ரேக்குட்டி வீட்டுக்குப் போவோம். அபூர்வமாய்ச் சில நேரங்களில் பாப்பக்கா மகள் சாந்தாமணி வருவாள். ஓடியாடி விளையாட ஏதுவாக விஸ்தாரமான வாசலும், வாசலின் ஓரத்தில் ஊதா நிறத்துக் காய்களும், தளிர்களுமாக தனித்த வாசனையோடு குட்டையான கருநொச்சிமரம் ஒன்றும் இருந்தது. உட்கார்ந்து விளையாடும் பல்லாங்குழி, பரமபதம், தாயம், அஞ்சு கல்லு, திருடன் – போலீஸ் போன்றவைக்கும், ஒளிஞ்சு விளையாட்டு, நொண்டி, போன்ற ஓடிப்பிடித்து விளையாடும் ஆட்டங்களுக்கும் வசதியான வாசல் அது. அங்குதான் 'யாரது?– பேயது!' விளையாட்டு ரொம்ப ரொம்ப சுவாரஸியமாகும். பேய் வந்து ஒவ்வொருத்தர் வீட்டுக் கதவையும் தட்டும்!

"டக் டக்"

"யாரது?"

"பேயது!"

"என்னா வேண்டும்?"

"நகை வேண்டும்!"

"என்னா நகை?"

"கலர் நகை"

"என்னா கலர்?"

"நீலம்"

"என்னா நீலம்?"

"கர்ரு... நீலம்"

நீலக்கலரில் டவுசர், சட்டை, பாப்பக்கா மகளின் பாவாடை, கழுத்து மணி எது இருந்தாலும் பேய் வந்து பிடித்துக்கொள்ளப் பார்க்கும். எனவே பயந்தோடுவோம். என்னிடம் நீலக் கலரில் எதுவுமில்லை என்கிற அசட்டுத்தைரியத்தில் நிற்கும்போது பேய் வந்து என்னைக் கட்டிப் பிடித்துக்கொள்ளும்!

"எங்கிட்டதான் புளூ கலரே இல்லியே?" சிரிப்பேன்.

"உஞ்சட்டப்பைல பாரு" பேய் சிரிக்கும்.

பேயாக மாறுவதற்கு முன்பு அவன் எனக்கு கொடுத்த சாக்லெட்! அதன் உறை நீலத்தில். இதே விளையாட்டை விளையாடிக் கொண்டிருக்கும்போதுதான் ஜோக்குட்டி அதைக் கொண்டு வந்தான்.

"டக் டக்"

"யாரது?"

"பேயது!"

"என்னா வேண்டும்?"

"நகை வேண்டும்"

"என்னா நகை?"

"கலர் நகை"

"என்னா கலர்?"

"பச்ச"

"என்னா பச்ச?"

"கிளிப்பச்ச" என்று ரேக்குட்டி சொல்லச்சொல்ல சிரித்துக் கொண்டே வந்தான் ஜோக்குட்டி.

"சொல்லு என்னா வேணும்?"

"நகை வேணும்"

"இல்லடா பச்ச வேணும்னியே... என்னா பச்ச? என்றான்.

நான் எரிச்சலானேன். "இவனுக்கு வெளாட்டே தெர்ல... என்னா வேணும் நோன்னா வேணும்னுட்டு ஒரே ரோதனை."

ரேக்குட்டியும் சலித்துக்கொண்டே "ஸ்ஸ்ஸ்... கிளிப் பச்ச... என்னா அதுக்கு இப்போ?" என்றான்.

ஜோக்குட்டி பனியனுக்குள் கையை நுழைத்து அதை எடுத்தான். ரேக்குட்டி சந்தோஷத்தில் அலறினான். "அய்ய்ய்யா... டோய்" சிவந்த மூக்கும் கழுத்து வரியுமாக பசுங்கிளிக் குஞ்சு! பனங்காட்டு ஆஸ்பத்திரி மரப்பொந்தில் பிடித்திருப்பான். கண்களைச்சுற்றிய செவ்வரிவட்டம் எத்தனை துல்லியம்? வாயோரத்திலிருந்து துவங்கி தலைக்குப் பின்பக்கமாக போகும்

கருத்த கோடு மிலிட்டரித் தாத்தா மீசை போலவேதான் இருக்கிறது. ஒரு வேளை இது தாத்தா தானோ? கிளியாகப் பிறந்து வந்திருக்கிறானா கிழவன்? வந்த புதிதில் 'பேசமாட்டேன் போ' என்பதாக குனிந்த தலையை நிமிர்த்தாமல் இருந்தது கிக்கி. 'இரு உன்னை பள்ளிக்கூடத்தில் சேர்த்துவிடப்போகிறோம்' என்று அதனிடம் சொல்லிவிட்டார்களோ? விரித்த கண்களை மூடாமல் அதிர்ச்சியிலேயே இருப்பது போல் விழிக்கிறது. ஏதோ ஒரு மந்திரவாதி பத்து வெற்றிலை, இரண்டு குறுமிளகு, ஒரு கோவைப்பழம் எல்லாவற்றையும் ஒரு பெட்டிக்கூடையில் போட்டு டபடபவென்று ஆட்டிச் சுழற்றி 'அபூம் சக்கா' சொல்லிக் கவிழ்த்திருக்கிறான். இறக்கைகளை அடித்தவாறு 'கிர்ச்சா மர்ச்சா' என்று கத்திக்கொண்டே தோன்றியிருக்கிறது இந்தக்கிளி. அதை தரையில் விட்டான் ஜோக்குட்டி. சிறகின் இறகுகள் சிலவற்றை கத்தரித்திருக்கிறான். குட்டையாக ஒழுங்கில்லாமல் தெரிந்தது. அப்படியே கிளி நடந்ததைப் பார்த்தால் கைகளைப் பின்னால் கட்டிக்கொண்டு ஆப்பி ஆப்பி நடக்கும் மேஸ்திரித் தோரணை. ரேக்குட்டி உள்ளேயிருந்து தக்காளி, வெங்காயம் வைக்கிற கம்பிக் கூடையை எடுத்துவந்து இனி இதுதான் கிளிக்கூண்டு என்று பிரகடனம் செய்தான். நாட்டு மக்கள் அதைப்புரிந்து கொள்ளும்படி வெளி எறவானத்தில் அதைத் தொங்கவிட்டான். அரைவெட்டாய்ப் பழுத்த தக்காளியை உள்ளே போட்டான். சின்னக் கிண்ணியில் தண்ணீர் ஊற்றி வைத்த அடுத்த நிமிடம் மொட்டை இறக்கைகளை விசிறி கிண்ணியைக் கவிழ்த்து விட்டது. கூண்டு ஆடியதில் தூளிக்குழந்தை ஒண்ணுக்குப் போனது மாதிரி கீழே ஒரு நீர்க்கோலம். தக்காளியைக் கொத்திப்பார்த்து விட்டு விதைகளைக் கதக்கியது. நான் உப்புமாவை இப்படித்தான் செய்வேன். உவ்வே!

கிக்கி எங்களுடன் பழகி விட்டது. வீட்டிலிருந்து கிளம்பும் போதே பழுத்த மிளகாய்களாகப் பார்த்து ஒன்றிரணடை பொறுக்கி பையிலிட்டுக் கொள்வேன். கிளி சாப்பிடுகிறது என்பதற்காக மிளகாய் இனிக்கவா செய்யும்? கிக்கி இஷ்டமாய் சாப்பிடுகிறதே? ஆனால் கிக்கி கரும்பு சாப்பிடுவதுதான் ரொம்ப அற்புதம். இணுக்கை கீறி ஒற்றைக்காலில் நின்று மற்றொன்றில் வாய்க்கு நேராக புல்லாங்குழல் வாசிக்கிறவரைப்போல கரும்புத் துண்டை வைத்துக்கொண்டு கொறிக்கும். கிக்கி தலையை ஒரு பக்கமாய் சாய்த்துச் சாய்த்து ஒய்யாரமாகப் பார்ப்பதையும். எதிர்பாராத போது கீ, கீ யெனக் கத்துவதையும் நேரம் போவதே தெரியாமல் பார்த்துக்கொண்டே இருக்கலாம். அது உதிர்க்கும் இளம்பச்சை இறகுகளில் கொஞ்சமே கொஞ்சம் நீலமும் இருப்பதைக் கண்டுபிடித்தேன். பச்சைக்கிளி என்பது வெறும்

பச்சையும் சிவப்புமானதல்ல! கொஞ்சம் நீலம், கொஞ்சம் கறுப்பு, கொஞ்சம் வெள்ளை, கொஞ்சம் மஞ்சள் இத்தனை வண்ணங்கள் ஒளிந்துகொண்டு இருக்கின்றன. அதற்குள்ளே.

ரேக்குட்டி அதன் நெஞ்சுக்கு குறுக்காக ஆட்காட்டி விரலை நீட்டினால் கவ்வி ஏறி தோளுக்குப் போய் நிற்கிறது. எனக்கும் ஆசையாகத்தான் இருக்கிறது. என் விரலைக் கடித்து விட்டது. குறடு மாதிரியல்லவா இருக்கிறது அலகு?

கிக்கி பேச ஆரம்பித்துவிட்டது. பேச்சுக்குப்பேச்சு பதிலெல்லாம் பேசாது. அதற்குத் தோதான சின்னச்சின்ன வார்த்தைகள். ரேக்குட்டியை 'கேகுத்தி' என்றும், சின்ன மலரக்காளை 'க்கா' என்றும் கூப்பிடும். காகங்கள் வந்தால் இறக்கைகளை விசிறி அவைகளைப் போலவே 'காக்கா, காக்கா, காக்கா, காக்கா' என்று விடாமல் கத்தி, காகங்களை விரட்டி விடும்வரை கூப்பாடு போடும். 'யாரது – பேயது' விளையாடும் போது 'என்னா கலர்' என்றால் போதும் உடனே 'பச்ச பச்ச பச்ச பச்ச' வேறு ஒரு கலரும் தெரியாது. 'பச்ச'தான். இதனாலேயே நாங்கள் அந்த விளையாட்டை கைவிட வேண்டியதாயிற்று. 'திருடன் – போலீஸ்' விளையாட்டில் கிக்கிக்கு 'திருடனை'ப் பிடித்துவிட்டது. திருடன் என்கிற வார்த்தையை அது என்னவாகப் புரிந்துகொண்டதோ தெரியவில்லை. திருடனைக் கண்டு பிடித்ததும் எல்லோரும் சேர்ந்து கும்பலாக 'திருடன் திருடன்' என்று கத்தியதைப் பார்த்து. 'த்ருடேன் த்ருடேன் த்ருடேன் த்ருடேன்' என்று எதற்கெடுத்தாலும் கத்த ஆரம்பித்துவிட்டது. பாப்பக்கா வீட்டு ரோஸிப்பூனையைப் பார்த்தாலும் 'த்ருடேன்' வாத்தியார் வீட்டு பப்பியைப்பார்த்தாலும் 'த்ருடேன்'. பப்பியைப்பார்த்து கத்தும்போது மட்டும் அது குரைப்பது போலவே 'லொள், த்ருடேன், லொள், த்ருடேன்' என்று சொல்லிக்கோண்டே இருக்கும். பப்பிக்கு சின்னமலரக்கா வீட்டைக் கடப்பதில் ஒரு மாதிரி வெட்கமே வந்துவிட்டது, ஓரக் கண்ணால் கிக்கியைப் பார்த்தும் பார்க்காத மாதிரி நடப்பதைப் பார்த்தால் விசித்திரமாக இருக்கும். வாத்தியாரே கடுப்பாகி 'இந்தக் கிளிக்கு லொள்ளைப் பாத்தியா? நாயை நக்கல் பண்ணுது!… இரு… இரு… ஒரு நா இல்லாட்டி ஒரு நா ஒன்ன சூப்பு வெக்கிறேன் பாரு' என்று சபதம் செய்தார்…

ஆறுமுகண்ணன் டீக்கடை வாசலில் சுவரொட்டியில் நாயகன் துப்பாக்கியுடன் நின்றிருந்ததைப் பார்த்து எனக்கு அந்தப்படத்துக்கு போயே ஆகவேண்டும் என்று ஆவலாகிவிட்டது. பு__வைக்காரர் வந்தால் போகலாம் என்றான் ரேக்குட்டி. அன்று முழுதும்

வராத புடவைக்காரர் அடுத்த நாள் காலையில் உதவிக்கு ஒராளுடன் வந்தார். புது ரகங்களையெல்லாம் பிரித்துப்போட அக்கா ஆர்வமாக உட்கார்ந்து அதில் மும்முரமானது. நாங்கள் சைக்கிளைத் தள்ளியபோது உதவியாள் சிரித்தார். சின்னமலரக்கா நிமிந்து பார்த்தபோது ரேக்குட்டி கட்டைவிரலையும் ஆட்காட்டி விரலையும் சேர்த்து வட்டமாக்கி கண்ணருகே வைத்து கெஞ்சுவதுபோல் பாவனை செய்து காண்பித்தான். அக்கா, "பொடவைகாரே பசங்களுக்கு காசு குடுங்க சினிமாக்கு போய்ட்டு வர்ர்ட்டும்" என்றது. புடவைக்காரர் உதவியாளைப் பார்த்து தலையை ஆட்டி "குடுய்யா" என்றார். அந்த அண்ணன் பாக்கெட்டிலிருந்து பணத்தை எடுத்துக் கொடுத்தார். நல்ல அண்ணன். உட்டேன் சவாரியென்று திரையரங்கத்தைக் குறிவைத்து ஓடினோம்.

சுவரொட்டி இருந்த அளவுக்குப் படம் இல்லை. ரீல் மாற்றும் நான்கு இடைவேளையிலும் பப்ஸைத்தின்று கலரைக் குடித்தோம். இன்னும் கூட பணம் மிச்சமிருந்தது. வடைக்கு வெங்காயம் வெட்டிக்கொண்டிருந்த கேண்டீன்காரரிடம் கேட்டு, தட்டைக்கூடையில் கிடந்ததில் பழுத்த மிளகாய்களைப் பொறுக்கி சட்டைப்பையில் போட்டுக் கொண்டேன்.

சாயந்திரம் வெளியே வந்ததும். "இப்படியே வீட்டுக்குப் போட்டா" என்றதற்கு ரேக்குட்டி "வாடா வெளாண்ட்டு போலாம்" என்றான். "அம்மா தேடுன்டா" நெஞ்சைச் சொறிந்தேன். படத்தில் நாயகனை வில்லன் கூப்பிடுவது போலவே 'வா மாப்புளே' என்று கூப்பிட்டு சட்டையைப் பற்றி இழுத்தான். நாயகன் சவப்பெட்டியை இழுத்துக்கொண்டு நடப்பது போலவே நடந்து காட்டினேன். வழி பூராவும் சிரித்துக்கொண்டே வந்தோம்.

ரேக்குட்டி வீட்டுக்குள் துணியெல்லாம் எப்போதும் போல இரைந்து கிடந்தது. சின்ன மலரக்கா எங்கே? வியாபாரத்துக்குப் போயிருக்கும். என் பாக்கெட்டிலிருந்த மிளகாயை எடுத்து "கிக்கீ" என்றேன். பதில் இல்லை. சுவற்றுத் திருப்பத்தைத் தாண்டி எறவானத்தைப் பார்த்தால் கூண்டு திறந்திருக்கிறது. "டேய் கிளியக் காணோம்" என்றதும் ஓடி வந்தான் ரேக்குட்டி. வந்த வேகத்தில் கூண்டைப் பார்த்து அலறினான். எனக்குத் தெரிந்துவிட்டது. கண்டுபிடித்துவிட்டேன். வாத்தியார்தான்! சூப்புவைக்கிறேன் என்று சொன்னாரே? பொடீரென்று ஒரு அடி என் பிடறியில் விழுந்தது. அதிர்ச்சியும் கோபமுமாகத் திரும்பினேன்.

"இங்க வரக்கூடதுன்னு எத்தன தடவ சொல்லியிருக்கேன்?' நாக்கை மடித்துக் கடித்தபடி அப்பா!

“ஓடுறா வீட்டுக்கு... எங்க போய் சுத்தீட்டு வர்ற?...” முதுகில் ஒன்று விழுந்தது. ‘தொம்’ என்ற சப்தத்துக்கு ரேக்குட்டி உள்ளே ஓடிவிட்டான். வெளியே வந்தால் ஊரே நான் அடி வாங்குவதை வேடிக்கை பார்க்கக் கூடி நிற்கிறது. ரொம்ப நேரமாகக் காணவில்லை என்றதும் பயந்திருப்பார்கள். ‘சினிமாக்கு போய்ட்டு வறம்மா’ என்று ஒரு வார்த்தை சொல்லிவிட்டு வந்திருக்கலாம்.

முழங்கை சட்டையை மடித்தபடி அப்பா “இரு வந்து வெச்சுக்கறேன்” என்றார்.

திடுதிடுவென்று வீட்டைத்தேடி ஓடினேன். திடீரென்று விழுந்த அடி, வெட்கம், பயம், அவமானம், எல்லாம் சேர்ந்து பயமுறுத்த வேகமாய் ஓடினேன். கோபமாய் வந்தது. இன்றைக்கு பாலாடையே வாங்கிக் கொடுத்தாலும் சமாதானம் ஆகக் கூடாது. வாசலில் அம்மா! அம்மாவைப் பார்த்ததும் பொங்கிப் பொங்கி அழுகை வந்தது.

“அம்... மா... அ... ம்மா பாரும்மா அப்பாவ” சொல்லி முடிக்கவில்லை.

“சீவக்கட்ட பிஞ்சு போயிரும் பாத்துக்க... போடா... உள்ள... போடான்னா... என்னா மொறைக்கற... ஓங்கி அப்புனன்னா பல்லெல்லாம் உதுந்து போகும்... ஜாக்ரதை.”

“தின்னுட்டு வீட்ல இருக்க முடியாதா உனக்கு.”

“அந்த மனுசன நிம்மதியா கஞ்சி குடிக்க விடாம அலைய வெக்கப் பாக்குது சனியன்.”

அம்மாவும் திட்டுமென்று நான் எதிர்பார்க்கவில்லை. அதுவும் தன் பங்குக்கு இன்னும் ரெண்டு அடி கொடுக்கப் போகிறதென்று பயந்தேன். அடிக்காமல் திட்டத்தானே செய்கிறது? போகட்டும். ஆனாலும் இவ்வளவு நாளும் இதைத்தானே செய்து கொண்டிருந்தேன். பாயைப் பாதியாக விரித்துப் படுத்துக் கொண்டேன். கிக்கியை வாத்தியார் கொன்றிருப்பாரா? இல்லையென்றால் ரோஸி கவ்விக்கொண்டு போயிருக்குமா?

அம்மா எழுப்பிய போது அப்பா சட்டையைக்கழட்டி ஆணியில் மாட்டிக்கொண்டிருந்தார். காலைக் குறுக்கி அமர்ந்தேன். அம்மா வறுத்த பொரியைக் கிண்ணியில் போட்டு அப்பாவுக்கும் எனக்கும் வைத்தது. கிள்ளிப்போட்ட வர மிளகாய், மஞ்சள், தேங்காய் எண்ணெய் எல்லாம் சேர்ந்து வீடே மங்கலமாக மணக்க,

நிம்மதியாக இருந்தது. அப்பா இனி அடிக்க மாட்டார். ஒரு கை பொரியை அள்ளி வாய்க்குள் போட்டுக்கொண்டேன். என் பயம் என்னை விட்டு முழுமையாக விலகியிருக்க, கிக்கி எங்கே போயிருக்கும்? என்னும் கேள்வி மட்டும் கலையாமல் அப்படியே இருந்தது. ரேக்குட்டியிடம் பேசவேண்டும். அப்பா திண்ணையிலிருந்து செய்தித்தாளை எடுத்து வந்தார். அம்மா வரக்காபியை ஆற்றிக் கொடுத்தபடியே ‘எங்கீங்க அது?’ என்று கேட்க, அப்பா காபியை ஒரு வாய் உறிஞ்சிக் கீழே வைத்துவிட்டுத் தாளை உதறி வெளிப்பக்கமாக மடித்து ஒரு படத்தைச் சுட்டிக் காட்டினார்.

‘ஆசை நாயகியை நண்பருக்கு விருந்தாக்க முயன்றவருக்கு கத்திக்குத்து. அழகி போலீஸில் சரண்.’ பெரிய பெரிய எழுத்து களுக்குக் கீழே சின்னமலரக்கா படம் இருந்தது. அக்கா அதில் அவ்வளவு அழகாகவெல்லாம் இருக்கவில்லை.

✥

நேத்ரா

வித்யா சுருக்கை இழுத்துப் பார்த்தாள். இறுகுகிறது. ம்ம்ம்... சரி... அடுத்த அறையிலிருந்து நாற்காலியை எடுத்து வந்தாள். ஏறி நிலைதடுமாறாது நின்றாள். காற்றாடியில் நுனியைக் கட்டி சுருக்கை விரித்து தலையை உள்ளே நுழைத்து முடிச்சை நெருக்கினாள். சரியாகப் பின்கழுத்துக்கு வந்து ஜடையை அழுத்துகிறது. கொஞ்சமாக விரித்து ஜடையை உருவி வெளியே தொங்கவிட்டாள். அது தலையிலிருந்து தரையை நோக்கித் தொங்கியது. மேலிருந்து தலையைத் தொடும் ஒரு பின்னல். தலையிலிருந்து கீழ் நோக்கி ஒரு பின்னல். ஒற்றைக் காலை தொங்கவிட்டு அப்படியே பின்பக்கமாய் ஒரு உதை. நாற்காலி விழ, மொத்த உடல் எடையும் சுருக்கை இழுக்க, அது சுருங்கி கழுத்தை நெறிக்க, சுவாசத் தடையாகி நுரையீரல் தவிக்க, கழுத்து இறுகி நரம்புகள் புடைத்து, நாக்கு வெளியே தள்ள, எல்லாவற்றுக்குமான 'வெடுக் வெடுக்' இரண்டொரு துள்ளல். அவ்வளவுதான்.

○ ○ ○

ஆவ்வ்வ்வ்ய்ய்யோ ... இதென்ன இப்படி யொரு வலி? தலையைப் பிளக்கிற வலி! எல்லாம் இருட்டாக இருக்கிறது. ஐயோ! அவன் என் தலையைத் தடவிக் கொடுத்தபோதே துள்ளிக் குதித்து ஓடியிருக்க வேண்டும். கையை காலை உடலை அசைக்கவே முடியவில்லை. எங்கே இருக்கிறேன். எதுவும் தெரிய வில்லை. இருட்டில் இருக்கிறேன். கண்களை ...

இல்லை . . . இல்லை . . . கண்ணை மூடினாலும் இருட்டு. திறந்து வைத்தாலும் இருட்டு.

❍ ❍ ❍

வித்யாவுக்குச் சுதந்திரம் கிடைத்துவிட்டது. வாங்கியே விட்டாள் விவாகரத்து நோட்டீஸை. அதை வைராக்கியமாய் இருந்து வாங்கி விட்டாளே தவிர வித்யாவுக்குத் தனிமையை ரசிக்கத் தெரியவில்லை அல்லது முடியவில்லை. சுதந்திரத்தை அனுபவிக்கத்தெரியவில்லை அல்லது முடியவில்லை. சுதந்திரம் இல்லாதபோது ‘எனக்கு மட்டும் கொஞ்சம் மூச்சு விட முடிந்தால் எப்படி இருக்கும்?’ என்று ஏங்கிய மனது, இப்போது... ‘என்னை மட்டும் யாராவாது கட்டியாண்டால் எப்படி ஒண்டிக் கொள்வேன் தெரியுமா?’ என்று பச்சாதாபம் கொள்கிறது. அவளை யாருமே புரிந்து கொள்ளவில்லை. அல்லது அவளால் யாரையுமே புரிந்துகொள்ள முடியவில்லை. அவள்தான் என்ன செய்வாள். கட்டிக்கொண்டவன் கொடுமைக்காரனெல்லாம் இல்லை. அவனைப் போல் ஒரு கண்ணியமானவனைப் பார்க்க முடியாது. இவளுக்குத்தான் பிரச்சினை. உள்ளுக்குள்ளிருந்து யாரோ அவளை இயக்குகிறார்கள். அப்போதெல்லாம் அவளால் அவளாகவே இருக்க முடிவதில்லை. ஒரு நேரம் கனல்களிம்பு வழியும் தீக்குன்றாய் இருக்கிறாள். ஒரு நேரம் பனிக்காடாக தணுத்துக் கிடக்கிறாள்.

❍ ❍ ❍

***ஆ**வ்வ்வ்வ்ய்ய்யோ . . . வலி. வலி. கண் விழித்துப் பார்த்தால் வெளிச்சம் கூசும் வலி. தலை முழுதும் முள்ளாய்ப் பிடுங்கும் வலி. காற்றுக்குத் தவிக்கும் மீனின் தலையை கூரான பற்களால் கடித்து இழுக்கும்போது கடைசியாக மீனுணரும் வலி. யாரோ என் தலையைத் தடவுகிறார்கள். ஐயோ! இப்படித்தான் அவனும் தடவினான். நான் எங்கே இருக்கிறேன். இதோ அந்த இருட்டு. திரும்பவும் என் கண்ணுக்குள்ளிருந்து இருண்டு வருகிறது. நா . . . ன் . . . எ . . . ங் . . . கே . . . இ . . . ருக் . . . .*

❍ ❍ ❍

அவனிடம் வித்யாவேதான் சொன்னாள். என்னை விட்டு விலகிப்போ. நீ பரிசுத்தன். என்னை ஏதோ சூழ்ந்திருக்கிறது. நீ பார்க்கிற நான் அல்ல நான். நானே புரிந்துகொள்ள முடியாத நானாக இருக்கிறேனே அதுதான் நான். அடுக்ககத்தின் மாடியி லிருந்து கீழே என்னை குதிக்கச் சொன்னது நானல்ல. ஆனால் உனக்குத் தெரியுமா. அவ்வளவு மனவொப்புதலோடு சுவரேறி காற்றுக்குள் நீந்துவதாய் குதித்தது நான்தான். ஆனால் தரையில்

இறங்கியது நான் அல்ல. காவல்கார அண்ணா வினோதமாக பார்த்தபோது அவரைப் பார்த்து சினேகமாக சிரித்தது நான்தான். சிராய்ப்பு கூட படாமல் எழுந்து நடப்பதைப் பார்த்து அவர் ஆச்சர்யப் பட்டிருக்கலாம். ஆனால் உள்ளே சீழ் வடியும் புண்களில் நெளிகிற புழுக்களையோ நொடியில் அவை மறைந்து சுகந்தப்பூக்களாய் கிளைத்துக் கிளைத்து மணப்பதையோ அவர் பார்த்திருக்க வாய்ப்பில்லையே?

❍ ❍ ❍

ஆவ்வ்வ்வ்ய்ய்யோ... யாரோ வயிற்றில் ஊசியால் குத்துகிறார்கள். வலியைத் தின்று கொண்டே இருக்க வேண்டுமா நான்? கத்தியால் கீறப்பட்டதை விடவும் குறைச்சலான வலிதான். ஆனால் ஊசி என் உடலைத் துளைக்கிறபோது பழைய வலிகளையும் ஞாபகப்படுத்துகிறதே? பெரிய கத்தியானாலும் சின்ன ஊசியானாலும் அனுபவிக்கிறபோது எல்லாமே பெரிய வலிதான். அதோ அது திரும்பவும் வருகிறது. அதே இருட்டு. என் கண்ணுக்குள்ளே இருந்து வருகிற அதே இருட்டு...

❍ ❍ ❍

வித்யா அந்த அறையின் மூலையில் சுவரைப் பார்த்து அமர்ந்திருந்தாள். இந்த மூலை அவளுக்குப் பிடித்த இடம். இரண்டு சுவர்களும் அவளுமாக மூன்று பேர் சங்கமிக்கிற இடம். வித்யா மனம் விட்டுப் பேசும்போது பொறுமையாக இரண்டு பேர் அவளது பேச்சைக் கவனிக்கிற இடம். இன்றைக்கு அம்மா, அப்பாவைத் தவிர மாமாவும் அவர் மகளும் அந்த அறையில் இருந்தார்கள். மாமாமகள் சௌமி தான் அந்த யோசனையைச் சொன்னாள்.

"நீ தனியாவே இரு! நாங்க யாரும் ஒன்னத் தொந்தரவு பண்ணல சரியா?"

வித்யா கொஞ்சமாய்த் திரும்பி அவளைப் பார்த்தாள். சிரிக்கவில்லை.

"ஆனா ஒங்கூட யாராவது இருக்கணும்."

வித்யா திரும்பவும் சுவர் பக்கமாக திருப்பிக் கொண்டாள்.

"இல்ல... இல்ல... உன் ஃப்ரண்ட்ஸ் யாராவது"

வித்யா வீறிட்டாள்.

"அப்படின்னா அவன் கூடவே இருந்திருப்பேனே?"

"இல்ல... இல்ல... உனக்குப் பிடிச்சாப்போல ஒரு ஆளு. வளவளன்னு பேசாத ஒரு ஆளு... இல்லன்னா ரெண்டு மூணுபேரு"

“என்னம்மா சொல்றே?” மாமா கொஞ்சம் எரிச்சலாகவே கேட்டார்.

“இல்லப்பா… ஏதாவது பிராணிய வளத்தட்டும்பா… மீனு, பூன, கிளி இல்லன்னா நாய்க்குட்டி அப்படி ஏதாவது”

“கூட ஆள் இருந்த மாதிரியும் இருக்கும். தனியா, சுதந்திரமா இருக்கற மாதிரியும் இருக்கும். முக்கியமா இவளை… அதை ஏன் செஞ்சே… இதை ஏன் ஒடச்சேன்னு கேட்காதுக… கிண்டலா பாக்கதுக… இல்லியா?”

மாமா தன் மகளைப் பக்கத்தில் வரச்சொல்லி சைகை காட்டினார். வந்ததும் அவள் முதுகைத் தட்டினார்.

❍ ❍ ❍

ஏதேதோ கடைகளுக்குப் போய் ஒன்றும் அமையவில்லை. அமையவில்லை என்றால் வித்யாவுக்குப் பிடிக்கவில்லை. ஆஸ்திரேலியக் கிளி, சாம்பல் முயல், அன்னப்பட்சி போலிருக்கிற வெள்ளை வாத்து, வகைவகையான மீன்கள், ஒன்றையும் பிடிக்க வில்லை. கடைசியில் ஒரு ஜீவ காருண்ய அமைப்பு ஒன்றின் விளம்பரத்தைப் பார்த்து அங்கே வித்யா மட்டும் போனாள். அவர்கள் நிறைய பிராணிகளைக் காட்டினார்கள். தெரு நாய்க்குட்டிகளும், பூனைகளும்தான் அதிகளவில் இருந்தன. கருகருவென்று நிறைய ரோமத்தோடு இருந்த அந்தப் பூனையைப் பார்த்ததும் பிடித்துவிட்டது. ஒற்றைக் கண்ணுக்கு மருந்து வைத்து கட்டியிருந்தார்கள். சுருண்டு படுத்திருந்தது.

“கண்ணுல என்ன காயம்?”

“இல்ல”

“என்ன இல்ல?’

“கண்ணே இல்லங்க… புடுங்கிட்டாங்க”

“ஸ்ஸ்ஸ்”

“ம்… எவனோ இதோட கண்ணத் தோண்டி…”

“ஐயோ!”

“மரத்துல ரத்தம் ஒழுக ஒழுக தொங்க விட்டுருந்தானாம். எங்க சாருதான் மேலே ஏறி ஆணிய புடுங்கி எடுத்துட்டு வந்தாரு”

“ஏன் இப்டி செய்றாங்க?”

“மாந்திரீகம் பண்றதுக்கு”

வித்யா அதை எடுத்துக் கொள்வதாகச் சொல்லி தூக்கிக் கொண்டு வந்துவிட்டாள்.

❍ ❍ ❍

ஆவ்வ்வ்ம்ம்மிய்யாவ். யாரிவள்? இவ்வளவு ஆதரவாய்த் தொடுகிறாள்? எங்கே கொண்டு போகிறாள் என்னை? துள்ளிக் குதித்து விடலாமா? ஆவ்வ்வ்ம்ம்மிய்ய்யாவ் . . . உடல் முழுவதும் வலிக்கிறதே? இறக்கி விட்டதும் வலியைப் பார்க்காமல் உடலை வளைத்து நெட்டி முறித்தேன். அப்பாடா! மெல்ல ஒரு நடை போய் வந்தேன். அவள் என்னைத் தூக்கி மெத்தையில் படுக்க வைத்தாள். இந்த இடத்தை எனக்குப் பிடித்துவிடும் என்று நினைக்கிறேன். எதையோ கொண்டு வருகிறாள். கையில் பீங்கான் தட்டு! பாலா? இல்லை. இந்த வாசனை . . . ம் . . . அதுவேதான் . . . மீன் வாசனை!. . . அவளை அண்ணாந்து பார்த்து ஆவ்வ்ம்ம்மியாவ் என்றேன்.

❍ ❍ ❍

வித்யாவுக்கு அம்மா என்று கேட்டது. "என்ன சொன்ன? . . . குட்டி... என்ன சொன்ன? சொல்லு... குட்டி சொல்லு..." என்றாள். திரும்பவும் அது அம்மா என்றது. இலையில் பொதிந்து அவித்த மீனை விரல்களால் பிட்டு முள் எதுவும் இருக்கிறதா என்று பார்த்து கொஞ்சம் போல பிசைந்த மாதிரி நசுக்கி ஊட்டினாள். அது முகத்தை உதறி, சின்னதாய் தும்மி விட்டு அவள் கையிலிருந்து கவ்விக்கொண்டு அந்த மூலையில் போய் நின்றுகொண்டது. அவளது மூலை. வித்யா புன்னகைத்தபடி, தொடர்ந்து போனாள். விழுங்கிவிட்டு அவள் கையிலிருந்த தட்டைப் பார்த்து மறுபடியும் அம்மா என்றது. வித்யா மண்டியிட்டு அமர்ந்தாள். மெல்லக் கொஞ்சியபடியே மீனை உதிர்த்துக் கொடுத்தாள். அது அவள் விரல்களையும் சேர்த்து நக்கியது. அவள் எங்கே போனாலும் பின்னால் வந்தது. ஷாம்பு போட்டு குளிக்க வைத்து வெயில் காய்ந்ததும் பணக்காரத்தோரணை வந்துவிட்டது. அடர்த்தியான ரோமங்களால் செண்டாகத் தெரிந்த அதன் வால் கூடுதல் சினேகத்தைப் பெறுவதாக இருக்கிறது.

❍ ❍ ❍

நான்கைந்து மாதங்களாகியிருந்தது. இப்போது வீட்டில் வித்யாவையும் சேர்த்து நாலுபேர். மூலையில் அமர்ந்து நேத்ராவுக்கு மீனை உதிர்த்துக் கொடுத்தபடியே பேசுவாள். ஒற்றைக் கண்ணோடு தபபிப பிழைதத பூனைககு பெயா நேத்ரா! மற்ற இருவரும் எப்போதும்போல் மௌனமாயிருக்க நேத்ரா மட்டும் அம்மா... அம்மா என்றபடியிருப்பாள்.

"நீ சும்மா இரு நேத்ரா . . . அந்த வலி தலைக்குள்ள இருந்து வரும். அப்படியே இருட்டும் வரும். அப்புறம் எனக்கு நான் என்ன செய்யறேன்னு தெரியாது. ஆனா தெரியும். வலி அதிகமாகும்

போது கழுத்தை அப்படியே அறுத்துக்கலாமான்னு தோணும். அத்தனை மாத்திரையையும் சேர்த்து முழுங்கிடலாமான்னு தோணும். ஓடிப்போயி ஓடற வண்டி முன்னால நிக்கலாமான்னு தோணும்…"

"அம்மா.."

"நீ சும்மா இருடி… அந்த வலி உனக்கு வந்தா தெரியும்."

"அம்மா"

வித்யா அந்தப்பீங்கான் தட்டைத் தரையில் அடித்து உடைத்தாள்.

"சும்மா இருன்னு சொல்றேன்லடி?" கத்தினாள்.

உடைந்த பீங்கான் துகள்களுக்கிடையே கிடந்த மீன் துண்டை கவ்வப் போனாள் நேத்ரா.

"ஏய் நேத்ரா…"

பத்ரகாளியாகியிருந்தாள் வித்யா.

"போ… அந்தப் பக்கம்… போன்னா போடீ…"

ஒரு நிமிடம் நின்று இவளைப் பார்த்துவிட்டு திரும்பி வந்து மூலையில் போய் படுத்துக்கொண்டாள்.

❍ ❍ ❍

வித்யா தனியாக தரையைப் பார்த்து உட்கார்ந்திருந்தாள். என்ன செய்யலாம்? 'என்ன செய்யலாம்? என்ன செய்யலாம்?' மண்டைக்குள்ளிருந்து யாரோ கேட்டுக்கொண்டே இருக்கிறார்கள். முதலில் உள்ளே இருக்கிற ஆளை வெளியேற்ற வேண்டும். அதற்கு ஒரு சுத்தியல் வேண்டும். தேடினாள். கல்யாண வீட்டில் சுத்தியல் தேடிக் கொண்டிருக்கிறவளை வித்தியாசமாக பார்க்காமல் என்ன செய்வார்கள்? சமையல்காரனிடம் இந்த அரிவாள் மனை கூட போதும் என்கிறாள். தயங்கியபடியே கொடுத்தவன் இவள் நகர்ந்ததும் அலைபேசியை எடுத்து யாரையோ கூப்பிட்டான். அவர்கள் உள்ளே வரும்போது இரண்டாவது வெட்டு விழுந்து கொண்டிருந்தது. மணப்பெண் அலங்காரத்திலிருந்த சௌமி தலையைக் கொத்திக் கொண்டிருக்கிறவளைப் பார்த்து அலறினாள். மயங்கிச் சரிந்த இரண்டு பேரையும் தாங்கிப் பிடித்துத் தூக்கினார்கள்.

❍ ❍ ❍

காரிலிருந்து இறங்கிய வித்யாவைக் கைத்தாங்கலாகப் பிடித்து கொண்டு வந்த சௌமியின் அப்பா வீட்டு வாசல் வரை வந்தார்.

"அப்ப மாமா கிளம்பட்டுமாம்மா?"

"சரி மாமா"

"ஏதாவது வேணுமா?"

"இல்ல நேத்ராவுக்குப் பால் வேணும், மீன் வேணும்" என்றவள் நினைவு வந்தவளாக "இல்ல இல்ல கீழ் வீட்டுப் பாப்பா வாங்கி ஃப்ரிட்ஜுல வெச்சிருப்பா" தலையில் அடித்துக்கொள்வதாக பாவனை செய்தாள்.

"ஃப்ரிட்ஜுல இருக்கும் அவிச்சுக் குடுத்தா போதும்."

வித்யா கதவைத் திறந்தவுடன். மீன் வாடையடித்தது. பச்சையாக தின்கிறாளா என்ன?

"நேத்ரா?"

சத்தமேயில்லை.

மாமா முகத்தைச் சுளித்தபடி கிளம்பி விட்டார். பெண்ணையும் மாப்பிள்ளையையும் அனுப்பி வைக்க வேண்டும். ஆயிரம் வேலை கிடக்கிறது.

வித்யா மெல்ல நடந்து ஃப்ரிட்ஜுக்குள்ளிருந்து மீனை எடுத்தாள். கெட்டுப் போகவில்லையே. பிறகு என்ன இப்படி துர்வாடை வீசுகிறது. அய்யோ... நேத்ரா! பதறினாள். அன்றைக்கு பீங்கான் தட்டை தரையில் அடித்து உடைத்து கத்திக்கொண்டிருக்கும் போதுதான் சௌமி கல்யாணத்திற்கு வற்புறுத்தலாக கிளப்பிக் கொண்டு போனார்கள். கதவை யார் அடைத்துப் பூட்டினார்கள்? நினைவில்லை. நேத்ரா எங்கே போனாள்?

"நேத்ரா...? குட்டி... எங்கே இருக்க?"

வித்யா மூலையைத்தேடி ஓடினாள். உடனே உறைந்து நின்றாள். இங்கிருந்தே பார்த்து அலறினாள். நேத்ரா மூலையில் செத்துக் கிடந்தாள். அவளது உடல் காய்ந்து சுருங்கி இருந்தது. அருகில் போக பயந்து இங்கிருந்தே "நேத்ரா" என்று அலறினாள். நேத்ராவின் செண்டு வால் சுருங்கிக் காய்ந்து சூம்பிக் கிடந்தது. எத்தனை நாளாக இப்படிக் கிடக்கிறாளோ?

நேத்ராவின் உடம்பிலிருந்து உதிர்ந்த புழுக்கள் நெளிவதைப் பார்த்ததும் வித்யாவின் தலைக்குள்ளிருந்து மெல்ல ஒரு பல்பி வெடித்துக் கிளம்பியது. என்ன செய்யலாம்? என்ன செய்யலாம்? என்ன செய்யலாம்? இந்த தலையை உடம்பிலிருந்து பிரிக்க வேண்டும். அல்லது கழுத்தை நசுக்கி... ஆங்... சுருக்கு. சுருக்கு மாட்டித் தொங்கி விடலாம்.

ஆவ்வ்ய்ய்யோ . . . இந்த கீழ் வீட்டுப் பாப்பா ஏன் என்னை இப்படி படுத்துகிறாள். வித்யா எங்கே போய்த் தொலைந்தாள்? இந்தப் பாப்பா பாலை ஊற்றுகிறேன் என்று முகத்தில் எல்லாம் ஊற்றிவிடுகிறாள். அன்றைக்கு திடீரென்று அத்தனை பேர் வந்தார்கள். திடீரென்றே அத்தனை பேரும் மாயமானார்கள். கதவும் அடைத்திருந்தது. இரண்டு நாள் பசி வேறு. மூலையில் சுருண்டு படுத்திருந்தேன். எவ்வளவு நேரம் தூங்கினேன் என்றே தெரியவில்லை. ஏதோ வாசனை. ஆஹா. எலி!! எவ்வளவு பெரிய எலி? பாய்ந்து கழுத்தைக் கவ்வி கொன்றுவிட்டேன். மெல்ல ருசித்துத் தின்னலாம் என்று மூலைக்கு கொண்டு வந்து கடிக்கும்போது, கதவைத் திறந்து இந்த பாப்பா வந்தாள். பயந்து போவாள் என்று பார்த்தால், ஃப்ரிட்ஜைத் திறந்தாள். அவள் கையில் என்ன? பால் பாக்கெட்! இந்த வாசனை . . . அட மீனும் இருக்கிறதே! எலியை அப்புறம் பார்ப்போம். அவளை அண்ணாந்து பார்த்து "ஆவ்வ்ம்ம்மியாவ்" என்றேன். மீனையும் பாலையும் உள்ளே வைத்துவிட்டு என்னைத் தூக்கிக் கொண்டு இங்கே வந்துவிட்டாள். இங்கே தினமும் மீனும் பாலும் கிடைக்கிறதுதான். ஆனால் இந்தப் பாப்பா என்னை அமுக்கி நசுக்கி விளையாடுகிறாள். அவ்வப்போது துள்ளிக் குதித்துத் தப்புகிறேன். வித்யா வரும்வரை பொறுத்துக் கொள்ளத்தான் வேண்டும்.

○ ○ ○

வித்யா சுருக்கை இழுத்துப்பார்த்தாள். இறுகுகிறது. ம்ம்ம்... சரி... அடுத்த அறையிலிருந்து நாற்காலியை எடுத்து வந்தாள். ஏறி நிலைதடுமாறாது நின்றாள். காற்றாடியில் நுனியைக் கட்டி சுருக்கை விரித்து தலையை உள்ளே நுழைத்து முடிச்சை நெருக்கினாள். சரியாக பின் கழுத்துக்கு வந்து ஜடையை அழுத்துகிறது. கொஞ்சமாக விரித்து ஜடையை உருவி வெளியே தொங்கவிட்டாள். அது தலையிலிருந்து தரையை நோக்கித் தொங்கியது. மேலிருந்து தலையைத் தொடும் ஒரு பின்னல். தலையிலிருந்து கீழ் நோக்கி ஒரு பின்னல்.

நாயகி

டிப்பியை ஸ்டீபன் அண்ணன் ஊட்டியி லிருந்து எடுத்து வந்திருந்தார். யாரோ?

'நல்ல குட்டி, ஜெர்மன் ஷெப்பெர்டு க்ராஸ்' என்றார்கள். எனக்கு ஒன்றும் புரியவில்லை. 'ஜாதி நாயும் நாட்டு நாயும் சேர்ந்து போட்ட குட்டிடா' ஸ்டீபண்ணன் விளக்கினார். 'ஊட்டில பூன, நாயி, மாடு அல்லாத்துக்குமே முடி நெறய்ய்யா இருக்கும் இல்ல டீபண்ணா' என்றான் இளங்கோ. அவனுக்கு 'ஸ்' வரவில்லை. வேறு சிலவும் வராது. 'பைஜாமா ஜிப்பா'வை 'பைமாமா மிப்பா' என்பான். 'இங்கெ' என்பதற்கு 'இஞ்ச' என்பான். 'ம்ம்... சொட்டரோடவே பொறந்துட்டா குளூராதில்ல' டிப்பியின் நெற்றியைத் தடவிக் கொடுத்தேன். அது என் விரல்களை நக்கியது. அதன் மீசையரும்பு விரலில் பட கூச்சமாக இருந்தது. 'புருபுரு பண்ணுதுடா' என்றதும் இளங்கோவும் டவுசரின் பின்புறம் கைகளைத் துடைத்துவிட்டு 'இஞ்ச வா இஞ்ச வா' என்றவாறு கையை நீட்டினான். கறுத்த கோலிக்கண்கள் மின்ன அவனையும் நக்கியது டிப்பி. தேநீர்க்கடையில் புதுரொட்டி வந்து இறங்குமபோது வாங்கி, அதைப் பிட்டு உள்ளே பார்த்திருக்கிறீர்களா? அதுதான் டிப்பியின் நிறம். ஈரச்சந்தனம் காய்ந்து வெளுத்தாலும் அப்படித்தான் இருக்கும். ரொட்டியின் மேற்புறக்காவி சற்றே வளைந்து வெளுக்குமில்லையா? அதுதான் டிப்பின்

வயிற்றோரத்து நிறம். ஓடி வரும்போது வாழைப்பழத்தோல் காதுகள் இரண்டும் எழுந்தெழுந்து விழும். உயிரை விரித்து அணைத்துக் கொள்ளத் தூண்டும் அழகு.

❍ ❍ ❍

வீட்டில் என்னை 'டிக்கா' என்று கூப்பிடுவார்கள். 'கிருஷ்ணமூர்த்தி' எனப்படும் நபர் 'கிட்டு'வாகி 'கிட்டான்' ஆவது போல என் தாய்மாமன் அவரோடு' 'லிப்டன் டீ' கம்பெனியில் பணிபுரிந்த வெள்ளைக்கார தோஸ்த்தின் நினைவாக வைத்த 'டிக்ரூஸ்' என்ற பெயர் 'டிக்கு' வாகி 'டிக்கான்' என்றானது. 'டிக்கானும் டிப்பியும்' என்றால் பொருந்திப் போகிறதா இல்லையா? எனவே நான் அதை டிப்பி என்று நினைத்துக்கொண்டிருக்க ஸ்டீபண்ணனோ 'ட்டிப்பி' என்றே விளித்தார். அதலென்ன? நான் என்னிஷ்டப்படி அழைத்தேன். மற்றவர்களையும் அப்படியே சொல்ல வைத்தேன். ஸ்டீபண்ணனின் அம்மா, அக்கா ஆஞ்சி, தங்கைகளான, லல்லி, பெமிலா, சுகுணா, அப்புறம் சின்னவள் சிட்டு வரையிலுமான எல்லோரும் 'ட்டிப்பி' என்று 'ட்டீ' போட்டு அழைக்க நான் எனது வலுவான முயற்சியில் இளங்கோ, ரமேஷ், குணான், வீதிக்காரர்கள், அதைத்தாண்டி பள்ளித் தோழர்கள், மளிகைக் கடை அண்ணாச்சி, டீக்கடை ஆறுமுகண்ணன், உப்புக்காரத்தாத்தா, கடலைக்கார பாய், இஸ்திரிக்காரக்கா, இட்டிலி, ஆப்பம் விற்றுவரும் அண்டாக்காரக்கா எல்லோரையும் 'டி' போட்டு டிப்பி என்றழைக்க வைத்தேன். அண்டாக்காரக்காவின் இட்டிலியை டிப்பிக்கு பிடிக்க வில்லை. ஆனாலும் அந்தக்காவுக்கு டிப்பியை பிடித்திருந்தது குறித்து ஆச்சர்யமாக இருந்தது. டிப்பியை ஸ்டீபண்ணன்தான் வளர்க்கிறார் என்றாலும் அது எங்களுடையதும்தான். ஓட்டுச்சுவர் கொண்ட நடுத்தர வர்க்கத்தினரிடம் மிகுந்து கிடக்கும் 'ஒண்ணுக்கொண்ணு ஆதரவு', 'நேந்து கலந்து போறது', 'உன்ன விட்டா ஆரிருக்கா?' என்பது போன்ற வாக்கியங்கள், தடித்த காம்பவுண்டு சுவர்களுக்கு கிட்டா.

❍ ❍ ❍

ஞாயிற்றுக் கிழமையானால் ஸ்டீபண்ணன் டிப்பியைக் குளிக்க வைப்பார். உதவிக்கு நானும் சுகுணாவும். துவைப்பதற்கான 'பொன்வண்டு' சோப்பை நனைத்து நுரையை கிளப்பி அவர் தேய்க்க நாங்கள் இருவரும் கீழே விழுகிற நுரையை அள்ளியள்ளி டிப்பியின் நெற்றி, முதுகு, தாடை, முன்னங்கால் மேலெல்லாம் ஒட்ட வைத்து ரமணிக்கா வீட்டு வெள்ளை 'புஸுபுஸு' நாய் 'ஷீலா'வின் தோற்றத்துக்கு மாற்றப் பார்ப்போம். அவ்வப்போது நாக்கை வெளியே தொங்க விட்டு வாயைத்திறக்கும் ஒரு கணத்தில் டிப்பி பற்களைக் காட்டி சிரிப்பது போலிருக்கும்.

அசட்டுச்சிரிப்பு. அற்பருக்கும் ஞானிகள் வழங்கும் அதே சிரிப்பு. திறந்தே வைத்திருக்கும் வாயை திடுமென மூடும்போது கோபித்துக்கொள்வது போலவும் இருக்கும். எதிர்பாராத நேரத்தில் டிப்பி தனது மொத்த உடலையும் உதறும். நீரும் நுரையும் மூவர்மேலும் சிதறும். எளிய வாழ்வின் மகோன்னத அழகு பொங்கும் அந்தத் தருணத்தைப் பிடித்து வைத்துப் பார்த்தால் அரக்கு நிறத்தில் அரைக்கால் சட்டையணிந்த சிறுவன், கருநீலத்தில் வெள்ளை பூத்த பாவாடைச்சிறுமி, அவளது மடித்த சடை, அதை வெய்யில் கொஞ்சுவதால் கறுப்பிலிருந்து கசியும் ஓரச்செம்பட்டை. செம்மலர்ந்த ரிப்பன் பூக்கள், மௌனசாட்சியான துவைக்கிற கல், கல்லையே பிரதியெடுத்து நெஞ்சில் வைத்தாற்போல உழைப்பின் திரட்சியோடான வெற்றுமாரிளைஞன், பஞ்சும் பொன்னுமாயொரு கண்மின்னும் நாய்க்குட்டி, வெளி முழுக்கத் தெறிக்கும் நிறமிழந்த நீர்த்திசுக்கள், சோப்புநுரை பூமியுருண்டைகள், அதிலோடும் ஏழு வண்ண நதி, இரண்டாய்ப் பிளந்த தக்காளி தனது விதைகள் தெரிய திறந்து மூடி திறந்து மூடி பறப்பது போலப் பறக்கும் பட்டாம் பூச்சி, இத்தனையும் காட்சிப்படும்.

❍ ❍ ❍

டிப்பியின் மேலுள்ள எனதன்பை அதற்குப் புரிய வைக்க நான் திட்டம் வகுத்துச் செயல்புரிந்தேன். தன்னுடைய பழைய பெல்டை அறுத்து டிப்பியின் கழுத்துப் பட்டையாக்கியிருந்தார் ஸ்டீபண்ணன். நான் என் தலை முடியிலிருந்த தேங்காயெண்ணைப் பிசுக்கை உள்ளங்கையில் தேய்த்தெடுத்து காய்ந்த விரிசல்களுடன் இருந்த பட்டையின் மேற்பரப்பு பளபளத்து மின்னும் வரை தேய்த்தேன். பக்கிளைத்தாண்டி தொங்கிக்கொண்டிருந்த பெல்ட் நுனிக்கு சுகுணாவின் ஜடையிலிருந்த 'லப்பர் பேண்டை' கழற்றிப் போட்டு கம்பீரத்தை கனகம்பீரமாக்கினேன். கறிக்குழம்பு நாட்களில் எலும்புகளைச் சேகரித்தேன். பந்தை வீசி, அதைக் கவ்வி வரப் பழக்கினேன். பத்து பைசாக்களை டிப்பியின் வாலைப் பிடித்து ஆட்டும் வருக்கிகளாக மாற்றினேன். கையை டிப்பியின் வாய்க்குள் மணிக்கட்டு வரை விட்டு எடுத்தேன். இளங்கோ கண்களை விரிப்பான் 'எஞ்செ நஜமா கடிக்கலையா?'

ஆள்காட்டி விரல்கொக்கியால் என் வாயோரததை காதுவரை இழுத்து கண்ணாடியில் பார்க்க முயற்சித்த போது தலையில் கொட்டு விழுந்தது. அம்மா! 'டிப்பிக்கு கடவாப்பல்லு மூணும் ஒண்ணா சேந்திருக்கும்மா! நமக்கெல்லாம் தனித்தனியா தான இருக்கு?' மல்லாந்தபடி டிப்பி என்னோடு விளையாடிக் கொண்டிருந்தபோது அதன் வாயின் மேலண்ணம் ஸ்டீபண்ணனின் வயிறு கணக்காக கட்டுக்கட்டாய் வரியோடித்

தெரிந்தது. மைதானத்தில், மரமேறுவதில், மல்லுக்கட்டுவதில் ஆகும் என் காயங்களை நக்கி நக்கியே ஆற்றி விடும் டிப்பி.

❍ ❍ ❍

ஸ்டீபண்ணன் மீது எனக்கு பொறாமையாக இருந்தது. இன்று வரை எனக்கு நாக்கை மடித்து சீழ்க்கையடிக்கத் தெரியவில்லை. ரமேஷ் கூட அடிக்கிறான். ஸ்டீபண்ணன் தனது சீழ்க்கை சப்தத்தில் டிப்பியை மயக்கி வைத்திருந்தார். பக்கத்தில் இருப்பவர் காது கிழிய 'ஃபீல்ல்க்க்க்'கென ஸ்டீபண்ணன் சீழ்க்கையடித்தால் எங்கிருந்தாலும் புழுதியெழப் பறந்து வரும் டிப்பி. அர்ச்சுனனைப் பிடித்த போதுதான் டிப்பி வீதியின் செல்ல நாயானது! பித்தளைப் பாத்திரங்களை திருடிக் கொண்டு ஓடிய அவனைக் கவ்விய அது ஸ்டீபண்ணன் வந்து 'விடுடீ பாப்பா' என்று சொல்லும் வரை விடவில்லை. 'ச்சே! அவன் சொல்றவரைக்கும் விட்ல பாருங்க, என்னா அறிவு' என்றார்கள். தவிர அர்ச்சுனின் கையைக் கவ்வியிருந்தபோது அவளது உறுமல் பயங்கரமாயிருந்தது. எனக்கு அவளருகில் போகவே பயமாயிருந்தது. மேலும் என்னைப் பார்த்தாளா என்பதிலும் குழப்பம். 'பட்டேல் ரோட்லருந்து இங்க வந்து திருடற அளவுக்கு பெரியாளாயிட்ட ... ஏண்டா?' என்று மிரட்டிய கையோடு ஓங்கி அவனை அறைந்தார் போலீஸ்காரர். பின்பு டிப்பியின் கழுத்தைத் தடவி ஒரு பாராட்டும். பட்டறைக்கார ராமண்ணன் 'டேஷனுக்கு வேணா கூட்டு போங் சார். கொலகாரனயெல்லாம் புடிச்சு கொதறிவெச்சுரும்! பயங்கர அறிவு அதுக்கு' என்றார். டிப்பியின் படம் செய்தித் தாளில் வந்தது.

❍ ❍ ❍

வ.உ.சி மைதானத்தில் நாய்கள் கண்காட்சி! டிப்பியைக் கூட்டிக் கொண்டு அங்கே போகலாம் என்றும் ஸ்டீபண்ணன் சொல்ல, கிளம்பி விட்டோம். ஹையோ! அங்கே எத்தனை வகை நாய்கள். ரமணியக்கா வீட்டிலிருந்தது போல வெள்ளை புஸுபுஸு நாய்கள் நிறைய இருந்தன. ரமணியக்கா வீட்டின் உள்ளேயே அந்த புஸுபுஸு நாயை சங்கிலி போட்டு கட்டி வைத்து வளர்ப்பதால் கிட்டே போய் பார்க்க முடிந்ததில்லை. அதற்கென்று தனியாக சோப்பு, பவுடரெல்லாம் உண்டாம். ஷீலா அவ்வப்போது சங்கிலியுரச ரோட்டுக்கு ஓடி வந்துவிடும். பின்னாலேயே ரமணியக்கா புருசனோ, மகனோ ஓடி வருவார்கள். ஷீலா, 'பொமரேனியன்' ஜாதி என்பதை நாய்கள் கண்காட்சியில்தான் தெரிந்துகொண்டேன். அப்புறம் 'லேப்ரடார்' ஜாதி அழகுக் குட்டிகளையும் பார்த்தோம். சீமாட்டிகளின் கைப்பைகளைப் போலிருந்த பொடிக்குட்டி நாய்கள், சீமாட்டிகளைப் போலவே

மிதப்பான பாவனையுடனான நாய்கள், உடலெங்கும் மை சிந்தி விட்டது போலிருந்த நாய்கள், சப்பை மூக்கன்கள், கிழட்டுத்தோலன்கள், மனிதத் தொடையிலிருந்து அரைக்கிலோ கறியைப் பிரித்தெடுக்கும் 'காவல்வீரன் டாபர்மேன்'கள். 'கொரவளச் சங்கயே கவ்விப்போடும்' என்றார் 'வெள்ளை வேட்டி' தாத்தா. சில நாய்களுக்கு அவற்றின் எஜமானர்கள் போலவே முகமும் இருந்தது. சீனர் போலிருந்த ஒருவரது இரண்டு நாய்களுக்கும் கண்கள் இடுங்கி இருந்தது மட்டுமல்லாது அவரைப் போலவே பின்புறத்தை ஆட்டி ஆட்டி நடந்தன. 'நெஜமாவே அவன் சைனாக்காரன்தான்டா... பல் டாக்டரு!' என்றார் ஸ்டீபண்ணன். கறுத்துப்பெருத்த போலீஸ்காரரின் 'புல்டாக்' ஒன்று தனது ஒற்றைப் புருவத்தை மேலே உயர்த்தி முறைத்ததாக சுகுணா சொன்னாள். இருக்கும் என்றுதான் நானும் நினைத்தேன். கருத்த முகத்தின் இரண்டு புருவங்களின் மேலும் ஒவ்வொரு ஆரஞ்சு வண்ணப்புள்ளிகளைக் கொண்ட நாயைப் பார்த்தபோது ஏனோ பயமாயிருந்தது. முகம் முழுக்க முடியோடிருந்த சடை நாய்குட்டிகளைப் பார்க்கப் பார்க்க ரொம்ப வேடிக்கையாக இருந்தது. சுகுணாவுக்கு ஒரே சிரிப்பு. குள்ளமான நாய்க்குட்டிகளையும் பார்த்தோம். தரையோடு ஒட்டிய நீளக்குள்ளம். உருண்டுவிடாமலிக்க தடுப்பு வைத்த மாதிரி குட்டிக் கால்கள், நீளக் காது... 'ச்சே காசிருந்தா வாங்கலாம் இல்ல பையா' என்றாள் சுகுணா. அந்தக்குட்டியின் ஜாதிப் பெயர் மட்டும் விளங்கவில்லை. இங்கிலீஷ் டீச்சர் ராஜேஸ்வரி '*Does not*' என்று எழுதி விட்டு அதை 'டஷிண்ட்' என்று படிப்பார்கள். எனக்கு ஒரே குழப்பம். அந்த மாதிரிதான் ஏதோ சொன்னார்கள். நண்பர்களிடம் குறிப்பிட்டுச் சொல்ல 'குள்ள நாய்' என்பது போதாதா?

○ ○ ○

ஒலிப்பெருக்கியில் ஓட்டப்பந்தயத்தில் கலந்துகொள்ளப் போகும் நாய்களின் பெயர்களை உரிமையாளர்கள் பெயரோடு அறிவித்தார்கள். நான்கைந்து ஜோடிகளுக்குப் பிறகு 'ஸ்டீபன் – ட்டிப்பி' என்று அறிவித்தார்கள். 'ட்டிப்பி' என்று சொன்னதும் காதுகளை விடைத்துப் பின்பு இயல்பானது டிப்பி. ஸ்டீபண்ணன் டிப்பிக்கு ஒதுக்கப்பட்டிருந்த ஓடுபாதையின் எண்ணைக் கேட்டு வந்தார். நாலாம் நம்பர். போட்டிக்கு நின்றிருந்த நாய்களையும் உடனிருந்த பயிற்றுநர்களையும் பார்த்தாலே நெஞ்சு நடுங்கியது. டிப்பியைத்தவிர எல்லாமே உயர்ரக ஜாதிநாய்கள் என்பது மட்டுமல்ல டிப்பி மட்டும்தான் 'பொம்பளப் புள்ள'. மற்ற எல்லோருமே 'தடிப்பசங்க'ளாயிருந்தான்கள். கொடும் வெய்யில். சில நாய்களின் வாயிலிருந்து நீரொழுகியது. பயிற்றுனர்கள்

அனைவரும் பந்தயத்தில் கலந்துகொள்ளும் நாய்களுக்கு எதிர் திசையிலிருந்து அவற்றை அழைக்குமாறு கேட்டுக் கொள்ளப்பட்டார்கள். ஸ்டீபண்ணன் என்னிடம் டிப்பியை பிடித்துக்கொள்ளச் சொல்லிவிட்டு எதிர்திசைக்கு போய் நின்றார். எங்களுக்குப் பின்னால் வேடிக்கை பார்க்க நின்றிருந்தவர்கள் எங்களை 'தெருநாயயெல்லாம் எதுக்குடா தம்பி கூட்டிட்டு வர்றீங்க? போலீஸ் நாயிங்க கூட ரேஸ் விட்டு ஜெயிக்கவா?' என்று கிண்டல் செய்து சிரித்தார்கள். கொடியசைத்ததும் பயிற்றுனர்கள் தங்கள் நாய்களை அழைக்கும்படி கேட்டுக்கொள்ளப்பட்டார்கள். நான் அரைமண்டியில் அமர்ந்து டிப்பியின் பின் பகுதியைப் பிடித்துக்கொண்டேன். அதன் காதருகில் சுகுணா ரகஸியக் குரலில் 'எப்படியாச்சும் ஜெயிச்சுரு டிப்பி' என்றாள். மற்ற நாய்கள் எதிரிலிருந்த தங்களது எஜமானர்களையே பார்த்தபடி துள்ளலோடிருக்க, டிப்பியோ ஸ்டீபண்ணனைக் கவனித்ததாகவே தெரியவில்லை. பக்கத்து நாய்களையும் சுற்றியிருந்தவர்களையும் மிரளமிரள வேடிக்கை பார்த்தபடியிருந்தது. அதன் வாலை பின்னங்கால்களுக்கிடையே தழைத்து வைத்திருந்ததைப் பார்த்த எனக்கு கவலையாக இருந்தது. மைதானத்தை சுற்றியிருந்தவர்கள் எழுப்பிய சப்தத்தில் மிரண்டிருக்கிறதோ என்னவோ?

❍ ❍ ❍

'ரெடி ரெடி' என்றார்கள். 'ப்ப்ப்ர்ர்ர்ர்ர்ர்ர்ர்'ரென்ற விசிலோடு சிவப்புதுண்டை ஆட்டி சமிக்ஞையும் கொடுத்தாயிற்று. நாய்கள் திமுதிமுவென ஓட எழுந்த புழுதியிலும் மைதானத்து ஜனங்களின் 'கமான்... கமான்... டாமி' போன்ற கூச்சல்களிலும் ஒன்றுமே புரியவில்லை. சுகுணாதான் எகிறியெகிறிக் குதித்தவாறு 'ஏய்... ட்டிப்பி ஓடு... அட... ஓடு சனியனே' என்று அலறினாள். மறு முனையிலிருந்த ஸ்டீபண்ணன், 'ட்டிப்பி... ட்டிப்பி' என்று கத்தவும் செய்தார். கடைத்தெரு பைத்தியம் போல சாவகாசமாய் நடந்த டிப்பி, ஓடுபாதையை விட்டு விலகப்போன நொடியில் ஸ்டீபண்ணன் தயக்கத்தைத் துறந்து நடுவிரலையும் கட்டைவிரலையும் ஒன்று சேர்த்து நாக்கடியில் நுழைத்து மடக்கி 'ஃபீல்ல்க்க்க்க்' கென சீழ்க்கையை அடித்தவுடன் டிப்பி அனிச்சையாக துள்ளித்தெறித்ததைப் பார்க்க வேண்டுமே. அது ஸ்டீபண்ணனை எப்போது அடைந்திருந்தது என்பதே தெரிய வில்லை. நொடிகளில் இவையெல்லாம் நடந்து முடிந்திருக்க மைதானமே ஆர்ப்பரித்து கரங்களைத் தட்டியது. பலத்த கூச்சல்களுகிடையில் 'ஸ்டீபன் – ட்டிப்பி' 'முதல் பரிசு ஸ்டீபன் – ட்டிப்பி' என்ற அறிவிப்பைக் கேட்டதும் மாரியாத்தா வந்திறங்கியது போல் 'ஏய்... ஏய்...' என தன்னை மறந்து வீறிட்டாள் சுகுணா. எனக்கு சந்தோஷமும் அழுகையும் கலந்து வர என்ன செய்வதென்று

புரியாமல் விழித்தேன். 'டிக்கா – டிப்பி' 'முதல் பரிசு டிக்கா–டிப்பி' என்று அறிவித்திருந்தால் ஆகாதா? ஸ்டீபண்ணனின் ஒரு கை வெற்றிக்கோப்பையை ஏந்திப்பிடித்தபடியும் மறு கை டிப்பியின் தலையைத் தடவியபடியுமிருக்க நானும் சுகுணாவும் அருகில் அமர்ந்திருந்த டிப்பியின் படம் இன்னொருமுறையும் செய்தித்தாளில் வெளியானது.

❍ ❍ ❍

இந்த ஒரு 'வாரமாவே' நான் 'வெளாட' போகவில்லை. காரணம் நான் இளங்கோவிடம் 'பேசறதில்ல' காரணம் அவன் மீது பயங்கர 'கடுப்புல' இருந்தேன். அவனுடைய 'கோலிகுண்டுக', 'சிகுரேட்டு அட்ட','டீப்ட்டி அட்ட','டீச்சுக்கல்லு','பெத்தவாட்ஸ் பொம்பரம்', 'மசே மசே லப்பர் பந்து' போன்ற சேகரிப்புகள் எல்லாவற்றையும் எங்கு ஒளித்து வைத்திருப்பான் என்று எனக்குத் தெரியும். 'அவங்க அவ்வா' படுத்துக்கொள்கிற கட்டிலின் கீழே மண்பானையில் கொஞ்சமும் பிரிட்டானியா பிஸ்கெட் அட்டைப்பெட்டியில் கொஞ்சமுமாக ஒளித்து வைத்திருக்கிறான். 'அத்தனக்கிம் சீமண்ணய ஊத்தி பத்த வெச்சறலாமா' என்கிற அளவுக்கு கோபம். இத்தனைக்கும் அவன் பார்த்ததைத்தான் சொன்னான் என்றாலும் நாகரீகமில்லாமல் இப்படியா 'பொட்டப்புள்ள முன்னாடி பேசுவாங்க? ச்சே! கருமம்' கொஞ்சம்கூட வெட்கமில்லாமல் அவளிடமே 'ஏ சுகு... ரோட்டுக்கு ஓடிப்போயி பாருப்பா, அண்ணாச்சியோட கருப்பு நாயி உங்க டிப்பிய புடிச்சு 'டொக்கு' போட்டுட்டுருக்கு என்று சொல்லிவிட்டான். 'அய்யே... ச்சீ கருமம் போ பையா' என்றவள் வீட்டுக்குள் ஓடிவிட்டாள். நான் இவனை பயங்கரமாக முறைத்துப் பார்க்கத் திரும்பினேன். அவன் அங்கு இல்லை. ஓடிவிட்டான். நானும் ஓடினேன் ரோட்டுக்கு.

❍ ❍ ❍

குரங்கு பெடல் போட்டு சைக்கிளோட்டிக் கீழே விழுந்தால் முழங்கையில் நமக்கு ஆகும் சிராய்ப்பின் மேல்தோல் இரண்டு மூன்று நாள் கழிந்தவுடன் கறுத்து தடித்து எழும்பும் தானே? அதை இன்னும் இரண்டு மூன்று நாட்களுக்கு அப்புறம் அரிப்பு தாங்காமல் பிய்த்து எடுத்தால் இளஞ்சிவப்பில் இருக்குமே, அப்படி ஒன்றிரண்டு காயங்கள் டிப்பியின் முதுகில் கொத்துக்கொத்தாய் முடியில்லாமல் செந்தோலாய்த் தெரிந்தன. எல்லாம் ஈரக்காயங்கள். டிப்பி சைக்கிளா ஓட்டுகிறது? அப்படியே போனாலும் முதுகில் எப்படி? இளங்கோதான் மல்லாக்க விழுவான். டிப்பிக்கெல்லாம் ஆனாலும் வயிற்றில் தானே ஆயாள். அவள் கையில் ஹார்லிக்ஸ் பாட்டிலின் தகர மூடியில் கொஞ்சம் மண்ணெண்ணை இருக்கும்.

டிப்பியும் நல்ல பிள்ளையாக வந்து அவளது தொடையில் தலைவைத்து படுத்துக்கொள்ளும். பெண்கள் நம் தலைமுடிக்குள் கையை நுழைத்து நகத்தால் நிரவி, விரலால் தேடி ஈரையோ, பேனையோ, ஒட்டுக்குஞ்சையோ நசுக்கியபடியே பேச்சுக் கொடுக்கும்போது, கண்கள் நிலைகுத்திக் கொள்ளுமே அது என்னவகை போதை? போதைக்கு அடிமையாகிவிட்ட டிப்பியும் ஆஞ்சிக்காவின் மடியில் மல்லாந்து படுத்துக்கொண்டு கண்களை 'டோரி' யாக்கி பல்லிளித்தபடி தியான நிலைக்குத் தயாராகும். ஆஞ்சிக்கா அதன் காது மடல்களைப் பிடித்து உட்பக்கம் வெளிவரும்படி விரிப்பாள். உள்ளே கும்பலாய், குடும்பமாய், தனித்தீனியில் தடித்துப்பெருத்ததாய், விதவிதமான அளவு களில் ஒட்டுப்பொட்டுகளைப்போல மொய்த்துக்கிடக்கும் உண்ணிப்பூச்சிகள். நமக்கு மூட்டைப் பூச்சிகள் மாதிரி நாய்களுக்கு உண்ணிப்பூச்சிகள் போலும். அழுக்குப் பழுப்பும் அழுக்குப் பச்சையும் கலந்த நிறத்தில் தடிமனான தோலைக் கொண்ட உண்ணிகள், டிப்பியின் கால்விரல்களுக்கிடையில், காதுகளில், பிடறி முடியில், முதுகில், தாடையில், வயிற்றில் அங்கிங்கெனாதபடி உடலெங்கும் நிறைந்திருக்கும். அவைகளைப் பிய்த்தெடுத்து தகர மூடி மண்ணெண்ணையில் ஊற வைத்துச் சேகரித்தால் மம்மானியமாய் சேரும். உண்ணி கடித்த காயத்துக்கும் ஒரு பொட்டு மண்ணெண்ணையே மருந்து. நாயுண்ணிகளை, இளங்கோ விதவிதமாய்க் கொல்வான். அடியாட்கள் மாதிரியான 'ஆள்காட்டி', 'கட்டை' ஆகிய இரண்டு விரல்களால் அழுத்தியழுத்தி 'புளிச்'சென்று ரத்தம் தெறிக்க நசுக்கிக் கொல்வது, கல்லில் வைத்து சுத்தியலால் நச்சுவது, காகிதக் கப்பல் செய்து நாயுண்ணிகளை அதிலேற்றி சாக்கடையில் மிதக்கவிட்டு மூழ்கடிப்பது, எறும்பூறும் இடங்களில் அவைகளை மல்லாக்கப் போட்டு அவற்றை இழுத்துக் கொண்டு எறும்புகள் 'ஊர்வலம்' போவதைப் பார்ப்பது போன்ற கொடூரங்களில் அவன் நிபுணன். நான் நல்லவன். தகரமூடியை அப்படியே பற்றவைத்து எரிப்பதோடு சரி. வேறு நுட்பங்கள் தெரியாது.

○ ○ ○

குணானும், ரமேஷும் என் பம்பரத்துக்கு குத்து வைத்துக் கொண்டிருக்கும்போது, எங்களைத் தாண்டி இளங்கோ 'டேய் குணா இஞ்ச வா இஞ்ச வா, அஞ்ச வந்து பாரு' என்று சொல்லியவாறே வெகு வேகமாக ஓடினான். அவனது இடக்கையில் பெத்தவாட்ஸும், வலக்கையில் சாட்டை நுனியுமிருக்க மறு நுனியில் மாட்டியிருந்த சோடாமூடி தரையிலுரசும்போது ஒரு குரலிலும் தார்ரோட்டில் உரசும்போது இன்னொரு குரலிலும் அலறிக்கொண்டே போனது. சன்ன அலறல். என் பம்பரத்துக்கு

இன்னும் நாலைந்து குத்து வைக்க வேண்டிய குணான் அப்படியே போட்டுவிட்டு ஓட, பின்னாலேயே ரமேஷும் ஓடினான். என்னுடைய பம்பரத்தை 'தப்பிச்சடா ராஜா' என்றபடி எடுத்து சாட்டையை ஓடியபடியே சுற்றி, ஓடியபடியே டவுசர் பாக்கெட்டில் வைத்தேன். அது 'ச்சுஞ்சு' மணியில் இடிக்கவும் ஓடியபடியே கையை விட்டு இடம் மாற்றி வைத்தேன். ரோட்டோரம் கூட்டமாக இருந்தது. 'அப்பிடியே நசுக்கிட்டுப் போயிட்டான் லாரிக்காரன்' யார் யாரோ பேசிக்கொண்டார்கள். 'ச்சேய்... கண் கொண்டு பாக்க முடியல, இதான் நான் எதையிம் வலத்தறது கெடயாது' நான் கூட்டத்துக்குள் புகுந்தேன். 'இப்பத்தான் குட்டி போட்டுச்சாம்' கூட்டத்தின் கால்களுக்கிடையில் ரத்தச்சகதி தெரிய எனக்கு தொண்டையெல்லாம் வறண்டு இருதயம் தொப்பு தொப்பென்று அடித்துக்கொள்கிற சப்தம் தலைக்குள் கேட்கிறது. 'எப்பூமே இந்தப்பக்கம் வராதாம்' பூத்துவாலையை உதிரக்குழம்பில் நனைத்துப் போட்டது போல் ஏதோ கிடக்க நான் வேகமாக வெளியே வந்துவிட்டேன். 'அப்படி ஓரமா இழுத்து போட்டுரு ஸ்டீபா, ஏன்னா வர்ற வண்டியெல்லாம் திரும்ப ஏறும்' கடலைக்கார பாய்தான் சொல்லிக்கொண்டிருக்கிறார். ஸ்டீபண்ணன் இங்குதான் இருக்கிறாரா? இதை எப்படித் தாங்குவார்? எனக்கு அழுகை வந்தது. மெல்ல விசும்பினேன். ஏதோ பெண் குரல் அலறும் சத்தம் கேட்டது. சுகுணாவா? வேறு மாதிரி இருக்கிறது. சுகுணா அழுது நான் கேட்டதில்லையே... இல்லை இல்லை கேட்டிருக்கிறேன். அவளுடைய அம்மா எதற்காகவோ வாசலில் வைத்து கருநொச்சிக்குச்சியால் அடித்த போது அழுதாளே. 'ஷீலூ அய்யோ ஷீலுக்குட்டீ' அலறல் கூடுதலாகி வீறிட்டபோது 'விடுக்கா என்ன பன்றது அதோட நேரம் முடிஞ்சது, போயிருச்சு' என்றது ஸ்டீபண்ணன்தான். பரவாயில்லை, ஸ்டீபண்ணன் கவலைப்படாமல் இருக்கிறார். ச்சீ! இப்படியெல்லாம் கவலைப்படாமல் இருக்கக் கூடாது. 'அய்யோ இன்னும் கண்ணே தொறக்கலியே, அதுங்க என்ன பாவம் பண்ணுச்சு கடவுளே' யாரது? 'யார்ரா அழுகுறாங்க' ரமேஷிடம் கேட்டேன். 'ம்ம் டீவிக்காரக்கா' என்றான் அவன். என்னது ரமணியக்கா அழுகிறதா? ஓஹோ, அடக்கடவுளே! அப்பொ அது டிப்பியில்லையா? நான் கூட்டத்துள் மறுபடி நுழைந்து நின்று கவனித்தேன். ரத்தத்துவாலைதான் கிடந்தது. சந்தனமில்லை. வெள்ளை. உன்னிப்பாக பார்க்கவும் புரிந்தது. அது ரமணியக்காவின் வெள்ளை புஸுபுஸு நாய் 'பொமரேனியன்' ஷீலா. ஸ்டீபண்ணன் கூட்டத்திலிருந்து வெளியே வந்து விலகி நின்று சீழ்க்கையடித்தார். கொஞ்ச நேரம் கழித்து ஓட்டமும் நடையுமாக டிப்பி வந்தது. மெல்லிய தளர்வோடான நடை. ஸ்டீபண்ணன் மண்டியிட்டமர்ந்தார். 'வாடா பாப்பா' டிப்பியை

முத்தமிட்டார். குழந்தையைக் கொஞ்சுவதுபோல் கொஞ்சிக் கொண்டே இருந்தவர் அழத்துவங்கினார். 'பாவம்டா பாப்பா' என்பது கேட்டது. 'விடுங்க விடுங்க அவன் பேசட்டும் விடுங்க' கடலைக்கார பாய் யாரும் அவர்களுக்கிடையில் போகவேண்டாம் என்பதைத்தான் அப்படி சொன்னார் போலிருக்கிறது. எல்லோரும் தள்ளியிருந்தே பார்த்தார்கள். டிப்பியை ஷீலாவின் உடலருகே கூட்டிப்போனார். டிப்பி முகர்ந்து விட்டு இவரைப்பார்த்து ஊதாங்குழல் அனத்தியது போல வினோதமாக காற்றை வெளியே விட்டது. ஸ்டீபண்ணன் கேவிய சப்தம் கேட்டு ரமணியக்கா திரும்பவும் அழ ஆரம்பித்தது. ரமணியக்கா வீட்டுக்குள் கொஞ்சபேர் போனார்கள். 'சின்னப்பசங்கள்ளாம் வெளிய நில்லுங்களேண்டா' என்றார் அண்ணாச்சி. நால்வரும் நின்றோம்.

❍ ❍ ❍

குணாவும், ரமேஷும் 'வெளாட்லாம் வாடா' என்றதும் போனேன். எப்போது இளங்கோவை மன்னித்தேன்? எப்போது அவனும் விளையாட வந்தான்? நானும் கவனிக்கவில்லை. அவனும் மன்னிப்பைக் கேட்கவில்லை. ப்ச் பரவாயில்லை. என் பம்பரத்துக்கு இன்னும் ஐந்து குத்துகள் பாக்கி என்பதை குணான் மறக்கவில்லையா? அது மாதிரிதான் இதுவும். அரைக்கால் சட்டையின் இடது பையிலிருந்த கடலை உருண்டைகளை வெளியே எடுத்தேன். நான்கு! ஒன்றை வாய்க்குள் போட்டு உடனே வெளியே எடுத்து அதில் ஒட்டிக்கொண்டிருந்த காக்கி நூலைப் பிரித்து எடுத்துவிட்டுத் திரும்பவும் உள்ளே போட்டேன். கையிலிருந்ததில் ஒன்றை டவுசர் பைக்குள் அனுப்பி வேறு ஏதாவது நூல் இருந்தால் பிடித்து வரப் பணித்தேன். இன்னொன்று ரமேஷுக்கு. மீதமொன்றைக் குணானிடம் கொடுத்து இளங்கோவைக் காட்டி 'அவனுக்கு பாதி குடுத்துருடா' என்றேன் பெரிய மனதோடு. ஆனாலும் இந்த இளங்கோ 'அபீட்'டை மெதுவாக எடுக்கிறானா? நான் அவசர அவசரமாக 'தில்லான்' எடுக்கும்போது என் பம்பரம் 'தக்கடத்தை'யென குப்புறப்படுத்துக் கொண்டது. இந்த முறையும் நான்தான் 'மாட்டி'. என் பம்பரம்தான் 'சக்கை'. அய்யோ! இந்த 'கர'த்திலிருந்து அந்த 'கரம்' வரை சாத்தி சாத்தி கட்டையையே சொறிக்கட்டையாக்கி விடுவான்கள். இளங்கோவின் 'பெத்த வாட்ஸ்' தேர் மாதிரி. அது சுற்றிக்கொண்டிருக்கிறதா? நின்றுகொண்டிருக்கிறதா என்று சந்தேகப்படும் வகையில் 'ச்சும்மா' நின்று 'ரொங்'கும். பெத்தவாட்ஸும் அப்படித்தான். 'பெத்தவாட்ஸ்' என்றால் என்ன அர்த்தம்? யாருக்குத்தெரியும்? ரமேஷ் தான் அப்படிச் சொன்னான். சராசரியைவிட பெருத்த அதைப் பார்க்கும்போது தோன்றிய பெயர் 'பெத்தவாட்ஸ்'! அவ்வளவுதான். மும்முரமாய்

விளையாடிக் கொண்டிருந்த நாங்கள், சுகுணாவின் 'ஹை' என்ற கூச்சலுக்குத் திரும்பினோம். ஸ்டீபண்ணன் கைகளில் நெளியும் பால்ப்பைகள் போல இரண்டு மூன்று குட்டிகள்! சுகுணா அவற்றைத் துள்ளிப் பிடிக்க முயன்றுகொண்டிருந்தாள். அவள் குதிக்கும் போதெல்லாம் அனிச்சையாக கைகளை உயர்த்திய ஸ்டீபண்ணனின் கவனமெல்லாம் டிப்பியின் மீதிருந்தது. 'பொதுபொது' வெள்ளைக்குட்டிகளைப் பார்த்தவுடன் இளங்கோ, 'ணா ணா எனக்கொன்னு தாண்ணா' என்று பிச்சைக்காரனைப் போல இறைஞ்சினான். குட்டிகளைப் பார்த்தால் அப்படிக் கத்தியாவது வாங்கிவிடுவதுதான் நியாயம் என்று எனக்கும் தோன்றியது. இடுப்பிலிருந்து இறங்கும் டவுசரை மேலே இழுத்து விட்ட ரமேஷ் 'கண்ணு தொற ஹேய் கண்ணு தொற குட்டீ' என்றபடியே நடந்தான். அவைகளின் கண்களை மூடி ஊசி நூலால் தைத்துவிட்ட மாதிரி பாவமாய் இருக்கிறது. அந்த இடத்தில் விரலால் நிரவி முடிச்சைத் தேடிப்பிடித்து உருவிவிட்டால் கண் முழித்துவிடும் போல் தோன்ற நான் எட்டித் தொடப் பார்த்தேன். இந்த முறையும் அனிச்சை உயர்த்தல். ஸ்டீபண்ணன் வீட்டை நெருங்கியதும் டிப்பி கொஞ்சம் வேகமாக உள்ளே போனது. நான் இன்னும் டிப்பியின் குட்டிகளைப் பார்க்கவில்லை. ஐந்து குட்டிகளைப் போட்ட டிப்பி அதிலொரு குட்டியை கடித்துத் தின்றுவிட்டது என்று சுகுணா சொன்னதிலிருந்து பயமாய் இருந்தது. அம்மாவிடம் கேட்டதற்கு 'அதுதான் அதுக்கு பிரசவ மருந்து' என்றது எனக்குச் சரியாகப் புரியவில்லை. பயம்தான் கூடுதலானது. அம்மா என்னைக் கடித்துத் தின்றிருந்தால்? அய்யோ! கடவுளே! டிப்பியைப் போலில்லாமல் நல்ல அம்மாவைக் கொடுத்தாயே ...! டிப்பியின் குட்டிகள், கறுப்பு கலந்த சாம்பல், செம்பழுப்பு, சந்தனம், கறுப்பும் சந்தனமும் என்பதாக ஒவ்வொன்றும் ஒவ்வொரு நிறத்தில் இருந்தது. டிப்பி அவை களுக்கு நடுவில் போய்ப் படுத்துக்கொண்டது. ஸ்டீபண்ணன் தயங்கியபடியே ஷீலாவின் மூன்று குட்டிகளையும் அதன் அருகே விட்டார். டிப்பியின் குட்டிகள் அதன் மார்க்காம்புகளைத் தேடி முண்டின. ஷீலாவின் குட்டிகள் சாக்குப் பையிலிருந்து திசைக்கொன்றாய்த் தரைக்குத் தவழ்ந்தன. ஸ்டீபண்ணன் அவைகளை எடுத்து திரும்பவும் டிப்பியின் வயிற்றுக்கருகே கொண்டு போனார். டிப்பி அரைவினாடிக்கும் குறைவாய் கோரைப்பல்லைக் காட்டி 'ட்ட்ர்ர்ர்ர்' என்றது. ரமேஷ் பயந்து விட்டான். 'பாவம்டா பாப்பா' கெஞ்சினார் ஸ்டீபண்ணன். பின்னாலிருந்து 'ஏய்... என்னடி திமிரா? கொழுப்புதான உனக்கு? எங்க தள்ளு ஸ்டீபா' என்றபடி வந்த ஆஞ்சிக்கா ஷீலாவின் குட்டிகளை எடுத்து டிப்பியின் இரண்டு குட்டிகளுக்கிடையே நுழைக்கப் பார்த்தாள். ஆஞ்சிக்காவைப் பார்த்த டிப்பி

இப்போதும் ஊதாங்குழல் அனத்துவது போல வினோத சப்தமெழுப்பி புருவங்களைச் சேர்த்து நெற்றிக்கு கூப்பியெழுப்பி, இமைகளைத் தாழ்த்தி, கண்களை இடுக்கி மின்ன வைத்து, பின்பு விரித்து விசித்திரமாக எதேதோ காட்டியது. ஆஞ்சிக்கா, தன் தோரணையை விடாமல் 'ஆங்ங்ங்... ஊர்ல இவ மட்டுந்தான் புள்ள பெத்துருக்கா பாவம், அவங்கம்மா செத்துப்போல? நீ பாத்த தானே, அப்புறம் அறிவு வேண்டாம் எரும? தள்ளிப்படு, கொஞ்சம் குடிச்சுக்கட்டும்' என்றவாறு டிப்பியின் மார்புகளுக்கடியிலிருந்த மார்புகளையும் எடுத்து வெளியே விட்டாள். டிப்பியின் எட்டு மார்களும் தெரிந்தன. டிப்பி தலையை வளைத்து ஷீலாவின் குட்டிகளை மெல்ல முகர்ந்தது. திரும்பவும் ஆஞ்சிக்காவைப் பார்த்தது. அவள் மிரட்டும் பாவனையில் 'ம்ம்ம்' என்று உறுமினாள். வெள்ளைக்குட்டியை முகர்ந்து மெல்ல நக்கிக் கொடுத்தது. சிட்டுவும் நானும் ஒரு சேர 'ஹை' என்றோம். வெள்ளைக்குட்டிகள் ஒவ்வொன்றாய் டிப்பியின் மாரை நோக்கி முண்டின. மெல்லக்கவ்வி உறிஞ்சின. டிப்பி உடலை லேசாகத் திருப்பிக் கொடுத்த மாதிரி இருந்தது. சுருங்கியிருந்த புருவங்களை விரித்த ஆஞ்சிக்கா, இத்துணூண்டு புன்னகைத்தவளாக குரலைத் தாழ்த்திக் கனிந்து 'நம்ம பாப்பா மாரிதானே இந்த பாப்பாவும்... ஏண்டித் தங்கம், நல்ல புள்ளதான நீயி? அம்மா செல்லமில்ல' என்றபடி டிப்பியின் நெற்றியில் குனிந்து முத்தமிட்டாள். ஆஞ்சிக்காவின் முந்தி விலகி ஒருபக்க முழுமார்பும் தெரிந்தது. நான் அவளது மார்புக்குக் கீழே அள்ளையில், வயிற்றில் வேறு மார்புகள் ஏதும் தெரிகின்றனவா என்று பார்க்க சுற்றிச் சுற்றி வந்தேன்.

❖

மற்றும் பலர்

"இன்னும் யாரெல்லாம் வரணும்?"

'கோவை சிவலயா திரைப்பட நடன நாட்டிய கலைச்சங்கம்' என்றெழுதிய ஜிகினாத்துணியை வண்டியின் பின்புறம் கட்டியபடியே 'ரஜினி' சரவணன் கேட்டான். மதியம் மணி ரெண்டரை. நிகழ்ச்சிக்கு கிளம்புகிற அவசரம். பலகுரல் பேசும் சுரேஷும், ஆட்டக்காரி ராணியும் மட்டும்தான் பாக்கி. எனக்குத்தெரியும். ஆனாலும் நான் அமைதியாக இருந்தேன். நான் ஒன்று சொல்ல அவன் வேறொன்றைப் பேசுவான். வீணாக வாக்குவாதம் ஆகும். குழுவுக்கு அவன்தான் 'பொறுப்பு விளக்கெண்ணெய்' என்றால் அவன் திமிரை அவனோடு வைத்துக்கொள்ள வேண்டும். என்னிடம் காட்டக் கூடாது. "என்னங்க சவரம் பண்ணிட்டு வந்துருக்கலாம்ல?" என்று எல்லார் முன்னிலையிலும் கேட்கிறான். சவரம் செய்து கொண்டு வருகிற எல்லோருக்கும் 'வடிவேலு' மாதிரி ஆட வந்துவிடுகிறதா? ஆட்டம் இருக்கட்டும் பேச்சு? எவனாவது 'வடிவேலு'வைப் போல் ஆட்டமும் ஆடி, அச்சு அசலாய் அவரைப் போலவே பேசவும் செய்வானா? நான் செய்வேன். ஒரு மணிக்கு என்னை வரச்சொல்லி விட்டான். சாப்பிடாமல் கொள்ளாமல் பனிரெண்டரைக்கே வந்துவிட்டேன். மணி ரெண்டே முக்காலாகப் போகிறது. இன்னும் வண்டியை எடுத்த பாடில்லை. மயிரானுக்கு அதிலெல்லாம் கவனம் போகாது. ஆட்டக்காரிகள் எவளாவது வந்தால் அவளுக்கு என்ன வேண்டும்? டீயா, பாலா, காபியா, ஜூஸா அவனிடம் கண்ணைக் காட்டினால் போதும்.

தலைவலிக்கு மாத்திரையா? தைலமா? ரெண்டும் தேவையில்லை டாக்டரையே பையில் போட்டுக் கொண்டுவந்து விடுவான். இவ்வளவு சகாயமும் பெண்களுக்கு மட்டும்தான்.

மூன்று மணிக்கு பலகுரல் சுரேஷ் வந்து சேர, மூன்று பத்துக்கு ராணியும், ஸ்ரீஜாவும் மூணுசக்கரத்தேரில் வந்தார்கள். ஏறக்குறைய ஒன்றரை வருஷத்துக்கு அப்புறம் ராணியை இப்போதுதான் பார்க்கிறேன். ராணியின் உடம்பில் இன்னும் மெருகு கூடியிருக்கிறது. நாகராணி என்பதுதான் மினுக்கியின் முழுப்பெயர். ராணி என்று எல்லோரும் கூப்பிடுவதால் அவளது பாவனைகளில் மிடுக்கும் கூடுதலாக நளினமும் வந்துவிட்டது. சிலை, கிழங்கு, குதிரை இப்படி எதனோடு ஒப்பிட்டாலும் பொருந்துவாள். தொண்ணூறு சதவீதம் நீரால் நிரம்பிய உடல் போலும். அதனால்தான் இப்படித் தளும்பித் தளும்பி அடங்குகிறது. ஸ்ரீஜா வேண்டுமென்றே குதித்து இறங்கினாள். ஆஹா! ஆஹா! இன்றைக்கு 'புலிகேசி' வேடத்தில் இரண்டு பேரோடும் ஆடுவது உறுதி. ஒற்றை மீசைக்கு இரட்டைப் பூக்கள்! ராணியும் அவளுமாக சேர்ந்து அந்த வண்டியிலிருந்து தோலினாலான பெரிய பையை இறக்கி வைத்தார்கள். அது ரதீஷின் பை. அதற்குள் மலைப்பாம்பு, நல்ல பாம்பு, சாரை என்று பத்துப்பதினைந்து உருப்படிகள் இருக்கும். ஒன்றோடொன்று பின்னிக் கொண்டு வழுவழுவென கருமம்! குமட்டலான நாற்றமும் வரும்.

"என்ன சரவணா... இன்னைக்கு பாம்பாட்டியும் வர்றானா?"

அவன் என்னை ஆச்சரியமாக பார்த்து,

"ம்... அப்படியா? உங்களுக்குத் தெரிஞ்சிருக்கு... மேனேஜரா இருந்தும் எனக்குத் தெரியலையே மிஸ்டர். வைகைப்புயல்?" என்றான் நக்கலாக.

"இல்ல... ராணி இப்ப அவங்கூடத்தானே?" இழுத்தேன்.

உடனே முகம் மாறி "உனக்கெதுக்குய்யா இதெல்லாம்? வந்தியா ... ஆடுனியா ... போயிட்டே இருக்கணும்" என்றான் அதிகாரமாக. இன்றைக்கு 'இம்சை அரசன்' பாட்டு போட்டால் இவனைத்தான் 'மங்கிணி அமைச்சரே' என்று கூப்பிட்டு கூடுதலாகக் கொஞ்சம் பேசிக் கிழித்து விட வேண்டும். சந்தேகத்தைக் கேட்டால் எகத்தாளமாக பதில் பேசுகிறான். இந்தத் திமிருக்குத்தான் சவுந்தர் சரியான ஆப்பு வைத்தான்.

❍ ❍ ❍

தெப்பக்குள மைதானத்தில் சவுந்தர் ஒரு பெரிய நிகழ்ச்சியை ஏற்பாடு செய்திருந்தான். நானெல்லாம் அப்போது மற்றும்

பலரில் ஒருவனாக ஆடிக் கொண்டிருந்தேன். சவுந்தருக்கு இரட்டைவேட யோசனை வந்தது. 'ரஜினி' சரவணனையும், 'ரஜினி' ராஜாவையும் பேசி வைத்திருந்தான். 'மீனம்மா மீனம்மா' பாடலுக்கு மேடையில் ராஜா, இணையோடு ஆட, இடையிசையில் மேடை விளக்குகள் அணைந்து பக்கத்தில் ஒரு மொட்டை மாடிக்கு வெளிச்சம் பாயும். அங்கே சரவணன் இன்னொருத்தியோடு ஆடவேண்டும். மேடைக்கு வெளிச்சம் வரும்போது ராஜாவின் உடை மாறியிருக்கும்! இப்படி மாறி மாறி எரியும் விளக்குகள் ஒரு சமயத்தில் இரண்டு பக்கமும் சேர்ந்தாற்போல் எரிய இரண்டு ரஜினிகளையும் மக்கள் திரும்பித் திரும்பிப் பார்த்து குரல் எழுப்புவார்கள். விசில் பறக்கும். ராஜா சிரித்தால், பேசினால், நின்றால், திரும்பினால் அப்படியே ரஜினி! சரவணன் முகம் அப்படி அல்ல. பாவம். காதலியோடு ஆடும்போதும் கூட தாயைக் கொன்று தங்கையை வன்கொடுமை செய்தவர்களைப் பழிவாங்க ஆவேசமாகக் கிளம்புவது போல் மூக்கை விடைத்துக்கொண்டு இருந்தால்தான் அவனுக்கு ரஜினி சாயலே வரும். 'பொதுவாக எம்மனசு'க்கும், 'வந்தேன் டா பால்கார'னுக்கும் கூட கறுப்புக் கண்ணாடி அவசியம் அவனுக்கு! எனக்குத் தெரிந்து "ஊரைத்தெரிஞ்சுக்கிட்டேன்' சோகப்பாடலுக்குக் கூட கறுப்புக்கண்ணாடி போட்டுக் கொண்டு மேடை ஏறியவன் இவன் மட்டும்தான். சரவணனுக்கு அமைந்திருந்த ஒரே நல்ல விஷயம் அவனது கோரைமுடி. ஆடும்போது அழகாக எழுந்துஎழுந்து அமரும். அது மட்டும்தான் அவனுக்குப் பலம். தெப்பக்குள மைதானத்தில் கடைசி நேரத்தில் சவுந்தரின் கழுத்தை அறுத்தான் சரவணன். ஆடினால் மேடையில்தான் ஆடுவேன் என்று அடம்பிடித்தான். சவுந்தர் தவிக்க, ராஜா புரிந்துகொண்டு விட்டுக் கொடுத்தான். மொட்டை மாடிக்குப் போய் ஆடினான். நிகழ்ச்சி முடிந்ததும் சவுந்தர் செலவு செய்ததைப் பார்க்க வேண்டுமே. ராஜாவுக்கும் சரவணனுக்கும் முழுக்குப்பிகளைக் கொடுத்தான். ராஜா வாங்கி பையில் வைத்துக்கொள்ள, சரவணன் மட்டையானான். சவுந்தர் சரவணனை மடியில் போட்டுத் தலைமுடியைக் கோதிவிட்டுக் கொண்டிருந்தான். இந்தக் காட்சி வரைக்கும் எனக்கு நினைவிருக்கிறது. காலையில் நான் தான் சரவணனை எழுப்பினேன். கண்றாவியைப் பார்க்க முடியவில்லை. உச்சந்தலையில் மட்டும் பேருக்கு கொஞ்சமாய் மயிரை விட்டு வைத்து மீதத் தலை மொத்தத்தையும் கறண்டி விட்டிருந்தான் சவுந்தர். மொட்டைத்தலையில் சரவணன் அடையாளமே மாறியிருந்தான். கண்ணாடியில் பார்த்துப்பார்த்து ரொம்ப நேரம் அழுதுகொண்டே இருந்தான் பாவம். ஆள் முள்ளம்பன்றித் தலையோடு இருந்ததைப் பார்த்து சிரித்து விட்டேன். அன்றிலிருந்து அவனுக்கு என் மேல் காழ்ப்பும் ஆங்காரமும் எப்போதும்

இருந்துகொண்டே இருக்கிறது. நிறைபோதையில் நானேதான் இப்படி செய்துவிட்டேனோ என்று அவனுக்கு என்மேல் சந்தேகம். சரவணனால் இப்போது மொட்டைத்தலையோடு ஆட முடியாது. விக் வைத்து ஆடி மேடையில் கழண்டு விழுந்து தொலைத்தால் அது இதைவிடவும் கேவலம். அதனால் இப்படி மேஸ்திரி நினைப்பில் மேல்வேலை பார்க்கிறான்.

தோல் பையின் ஒருகாதை ராணியும், இன்னொரு காதை ஸ்ரீஜாவும் பிடித்து தூக்கி வந்து வேனில் ஏற்றி வைக்க, வண்டி காந்திபுரத்திலிருந்து புறப்பட்டது. லட்சுமி மில்லில் குரூப் டான்ஸ் பையன்கள் ஏறிக் கொண்டார்கள். வாங்கி ஆடுகிற பையன்கள்! நாலு பேரில் அதிகாரமாக பேசுகிற ஒருத்தன்தான் உண்மையில் நடனக்காரன். அவன் பாட்டுக்குத் தகுந்தாற் போல ஆட மேடையில் அவனை அப்படியே உள்வாங்கி மற்றவர்கள் அதே மாதிரி ஆடுவார்கள். பெரும்பாலான பையன்கள் வேடிக்கை பார்க்கிறவர்கள்கூட கண்டுபிடித்து விடுகிற மாதிரி பார்த்துப் பார்த்து ஆடுவார்கள். சில பேரை கண்டுபிடிக்கவே முடியாது. முன்னால் ஆடுகிறவனைக் கண்ணால் பார்க்காமலே பிரதியெடுத்து ஆடுவார்கள். இப்படி கூட்டத்தில் ஒரு ஆளாய் இருந்து திடீரென்று பற்றிக்கொண்டு தீயாக வளர்ந்து வருவான் ஒருத்தன். அடுத்த அதிகாரம் அவனுக்குத்தான். அவன் கேட்காமலே பாக்கு வரும்; சரக்கு வரும்; பார்வை வரும்; தனித்தவொரு வெளிச்சம் வரும்; கடைசியாக இருளும் மடிகளும் சேர்ந்துவரும்.

ரதீஷும் இப்படி மற்றும் பலரில் ஒருத்தனாக இருந்தவன்தான். இப்போது அவன் நூறில் ஒருத்தன். ஒருத்தனே மூன்று நான்கு பேரின் இடத்தை நிரப்புவான் மைக்கேல் ஜாக்ஸனின் ஆவி குறைந்த பட்சம் லட்சம் உடல்களுக்குள்ளாகவேணும் புகுந்திருக்கும். அவற்றில் ஒன்று ரதீஷினுடையது. அலங்காரத்தில், உடலசைப்பில், மின்னற்திரும்புதல்களில், நிலவுநடையில், இல்லாத கண்ணாடியை இருப்பதாக காட்டுவதில், எந்திர இயக்கங்களில், ஜாக்ஸனின் ஆன்மாவை தொட்டுத்தொட்டு திரும்பும் உடலது. மேடைக்கு வரும்போதே இறுகிய முகத்தில் வேறொரு தன்மை வந்திருக்கும். அந்த முகத்தோடு அவன் வைக்கும் காலடிகள் கண்களில் ஒற்றிக் கொள்ளப்பட வேண்டியவை. சாமியாடியின் வேறொரு வடிவம்தான் அவனெல்லாம். ஜாக்ஸன் தரிசனம் முடிந்த அப்புறம் பாம்புகள்! முதலில் சாரை, வேடிக்கை விளையாட்டுக்கு பச்சைப்பாம்பு, பின்பு மலைப்பாம்பு, அப்புறம் கருநாகம் என்பது அவன் வரிசை. சாரையை இடுப்புக்குள் திணித்து நுழைத்துவிட்டு கடித்து விட்டதாக நடிப்பான். இளசுகள் வைத்த கண் வாங்காமல் அவனையே பார்த்தபடி குறுகுறுக்கும். பாடலும் இசையும் பெருத்த சப்தமும் ஆட்களை மயக்கும்.

கும்பாலேயா ஆகும்பலேயா ...
கும்பாலேயா ஆகும்பலேயா
கும்பாலேயா ஆகும்பலேயா ...
ஆ... குவைக் குவைக் குவ்வை... குவை

சீறும் நாகத்தின் உச்சந்தலையில் முத்தமிடும்போது சனக் கூட்டம் மொத்தமும் உணர்வெழுச்சியில் கைகளைத் தட்டும். எவனாவது ஒருத்தன் ரூபாய் நோட்டுகளைக் கோர்த்து மாலை செய்வான். அதற்குப் பிறகு தீயாட்டம்! சட்டையைக் கழற்றி விட்டு மண்ணெண்ணெயில் நனைத்த துணிப் பந்துகளில் தீயைப்பற்ற வைத்து கோலி விளையாடி, அவைகளுக்கு முத்தமிட்டு 'காலேத்'தின் 'தீத்தீ' பாடல் முழங்க பந்தங்களின் பிழம்புகளைத் தழுவி, கட்டுடல் முழுக்கத் தீயைத் தடவி ஆடுவான். திருவிழாக் கூட்டம் மொத்தமும் ஆப்பிரிக்க, அரேபிய தொல்குடிகளாக மயங்கும். ராணி அவனிடம் மயங்கியிருக்க எல்லா நியாயங்களும் உண்டு. ராணியும் லேசுப்பட்டவள் இல்லை. இங்கிருக்க வேண்டியவளே இல்லை என்று சொல்வார்கள் இல்லையா? அப்படி ஒருத்தி. நல்ல ஆட்டக்காரி. அதீதக் கவர்ச்சி, அதீத திறமை, அதீத கோபம், அதீத வைராக்யமும்தான். தான் பார்த்துக் கட்டி வைத்த தங்கையின் புருஷன் தன் மேலேயே கைவைக்கப் பார்த்தான் என்பதற்காக அவனை அறுவை சிகிச்சைக்கு அனுப்பி வைத்தவள். பதறிய தங்கையைச் சமாதானப்படுத்தி அவள் கை நிறைய பணத்தைக் கொடுத்த கையோடு.

வெட்டிய விரல் துண்டையும் ஐஸ்கட்டிகளோடு மழைக்காகிதத்தில் சுருட்டிக் கொடுத்து ஆஸ்பத்திரிக்கு அனுப்பி வைத்துச் செலவையும் பார்த்துக்கொண்டாள் என்று கேள்வி. ராணி இருளும் வெளிச்சமுமானவள். வீட்டில் இருக்கும்போது பார்த்தால் இவள்தான் மேடையில் அப்படி இடுப்பை வெட்டி வெட்டி ஆடினாளா என்று சந்தேகம் வரும். முகத்துக்கு மஞ்சள் பூசி, சாமிப்படங்களுக்கு மாலையிட்டு, வாசலுக்குக் கோலமிட்டு, பார்வைக்கு மங்கலமாயிருப்பாள். என் சொல் கேட்கிற ஒருத்தி கிடைத்தால் நான் இவளைக்காட்டி இது போல் இரு என்பேன். அவள் மீது அப்படியொரு மோகம் எனக்கு. ஆனால் இந்த தோல்பையை ராணியும் ஸ்ரீஜாவும் மாறி மாறி மடியில் வைத்துக்கொண்டு தொட்டுத் தொட்டுப் பார்த்தபடி தங்களுக்குள்ளாக மர்மமாக புன்னகைத்துக் கொள்கிறாள்களே? இப்படி ரதீஷின் பையை மெனக்கெட்டு ராணி சுமக்கிறாள் என்றால்? அதுவேதான்! அவனையும் சுமக்கிறதாகத்தான் அர்த்தம்! வேறென்ன? எப்பவும் என்னிடம் சிரித்துப்பேசுகிறவள் ஏனோ முகத்தைக் கோபமாக வைத்திருக்கிறாள். இது எவனும் பேச்சு கொடுக்காமலிருக்க பெண்கள் தேர்ந்தெடுக்கும் யுக்திகளில் ஒன்று.

நிகழ்விடத்திற்கு வந்து சேர்ந்தாயிற்று. ஏற்கனவே வந்து சேர்ந்திருந்த 'விஜயகாந்த்' ரமேஷ், "என்ன அண்ணே ... ந்ந்ந் ... சாப்பிட்டீங்களா ... இல்ல ... பட்டினிதானா ... ந்ந்ந்" என்று நாக்கை மடித்துக் கடித்தவாறே நலம் விசாரித்தான். நினைவுபடுத்தியதும் பசி வயிற்றுக்குள்ளிருந்து கிளம்பி மூளையை ஆக்கிரமிக்கிறது. அரை வயிற்றுக்கு சாப்பிட்டால்தான் ஆட முடியும். காலி வயிறும் ஆகாது, முழுவதுமாக போட்டு ரொப்பவும் கூடாது. மேடைக்குப் பின்புறம் இரண்டு தோள்களிலும் பூணூல் போட்டது போல நடுநெஞ்சில் பெருக்கல்குறி பூமாலைகளோடு சிகரெட் பிடித்துக் கொண்டிருந்த 'ராமராஜன்' சேகருடன் பேச்சுக் கொடுத்தபடியே பெண்கள் உடை மாற்ற வேண்டி கட்டியிருந்த ஓலைத் தடுக்கை ஏக்கமாகப் பார்த்தேன். 'மாரியம்மா மாரியம்மா' பாடலுக்கு மேடை தயாராவது தெரிந்தவுடன் சேகர் சிகரெட்டை அவசர இழுப்புடன் அணைத்து விட்டு மேடைக்கு ஓடினான். நான் ஓலைத்தடுக்கை அடைந்து மெல்ல நோட்டம் விட்டேன். பசியை மறந்து இரண்டு விரல்களை நுழைத்து ஓசைப் படாமல் விரிக்கையில் யாரோ தோளைத் தொட்டார்கள். வியர்த்துத் திரும்பினேன்.

அந்த ஊர்க்காரன் எவனோ, பல்லிளித்த வாக்கில் ... "கோயமுத்தூருங்களா?" என்றான்.

"ஆமாமா ... இந்தப் பக்கமெல்லாம் வரக்கூடாது ... முன்னாடி போங்க தொடங்கப் போறாங்க"

அவனை அங்கிருந்து அப்புறப்படுத்தினேன். கொஞ்ச நேரத்தில் சேகர் பெருக்கல்குறி பூமாலைகளோடு திரும்பி வந்தான். வரும்போதே சிகரெட்டை எடுத்து பற்றவைத்தான். தோளில் கை போட்டுக் கொண்டேன்.

"என்றா ராமராஜா? எப்புடி இருக்கற?"

"வடியன்னா ... ஒங்க புன்னியொ நல்ல இர்ருக்கேன்னா"

"பாம்பாட்டி வர்றானாடா"

இவனை மாதிரி அள்ளைகளிடம்தான் அத்தனையும் கொட்டிக் கிடக்கும்.

"எங்கீங்"

"இங்கதான்"

"நீங்க ஏனுங்னா"

"அட என்ன விசியம் சொல்லு"

“அவனெங்கன்னா? இந்தப்புள்ளகோட கொஞ்ச நாளு இருந்தா... அப்பற நாகமாணிக்கத்த தேடரேன்ட்டு கிறுக்கனாட்டம் காடுகாடா அலையறா... கஞ்சா வேற... இப்ப எங்க இருக்கான்னே தெரில... ப்ச்” காறித்துப்பினான். இவனுக்கு எங்கிருந்துதான் இத்தனை எச்சில் வருமோ?

“நாகமாணிக்கமா?”

“ஆமாண்ணா... நானு... சின்ன வயசுலருந்து இந்தக் கதய கேக்கறெ நாகப்பாம்புக்கு வயசானா... கண்ணுதெரியாதாமா... ராத்திரீல வந்து நாகமாணிக்கத்த கக்கி வெச்சுட்டு அந்த வெளிச்சத்துலதான் எரையெடுக்குமாமா... அப்புடியொண்ணு இருக்கற மாரியே தெரீல... அல்லாருக்குமே ஒரே நாள்ல கோடீசுவரங்களாயிரோணும்னு ஆச... ஏண்ணா?” திரும்பவும் துப்பினான்.

மூன்று அல்லது நான்கு பாடல்கள் கழிந்ததும் என் முறை வரவும், மேடைக்குப் போனேன். ராணி என்னோடு ஆட நான் இழைந்து கிறங்கினேன்.

“வாடி பொட்டப் புள்ள வெளியே
என் வாலிபத்த நோகடிச்ச கிளியே”

மினுங்கும் வியர்வையும் அலங்காரமாக இருந்தவளைப் பார்த்ததும் ஏதோ ஒரு ஈர்ப்பு உடல் முழுவதும் பரவ எவ்வளவோ முயற்சி செய்து உள்ளுக்குள் இருந்த ஏக்கத்தை முகத்துக்கு கொண்டுவந்து காட்டினாலும், கீழே வேடிக்கைப் பார்ப்பவர்களோடு இவளும் சேர்ந்து கொண்டு சிரிக்கிறாள். நெஞ்சுக்குள் சின்னதாய், ஆனால் ஆழமாய் ஒரு வலி எழுந்தது. சீக்கிரம் கல்யாணம் செய்துகொள்ள வேண்டும். பாட்டு முடிந்ததும் இறங்கி வந்தேன். கூட்டம் முழுவதும் அடுத்து முழங்கிய விஜய் பாடலுக்கு கூச்சலிட்டு ஆர்ப்பரித்துக் கொண்டிருக்க, மூத்திரம் பெய்ய ஒதுங்குவதான பாவனையில் நடந்து ஓலைத்தடுக்கை அடைந்து சரக்கென விரல்களைச் சொருகி விரித்துப் பார்த்தேன். ஸ்ரீஜா உள்பாடிக்கு மேல் துண்டைப் போர்த்தியபடி ஜொலிக்கும் ரவிக்கையை உதறிக் கொண்டிருந்தாள். நகர்ந்து கொஞ்ச தூரம் போய் நிஜமாகவே மூத்திரம் பெய்தேன். திரும்பும்போது பாடல் முடிந்தது. அடுத்த பாடல் எம்.ஜி.ஆர் பாடல் என்று அறிவித்தார்கள். நிதானமானேன். அரைக் கால்சட்டைப் பையிலிருந்து புகையிலைப் பொட்டலத்தை எடுத்து உள்ளங்கையிலிட்டுக் கட்டைவிரலால் கசக்கி சுருட்டிச் சேர்த்து கீழுதட்டை இழுத்துப் பல்லுக்கும் உதட்டுக்கும் இடையில் பூசினமாதிரி வைத்து அழுத்திவிட்டு உதட்டை விடுவித்தேன். பல் நரம்பிலிருந்து சுருசுருவென தலைக்கேறியது சிறுமின்சாரம். மஞ்சுளா வேடத்திலிருந்த ராணி மேடையிலிருந்து உயரக்

கொண்டையும் ஒருபக்க சூரியகாந்திப்பூவுமாக ஒயிலாக இறங்கி ஓலைத்தடுக்குக்குள் நுழையும் கணத்தில் பார்த்தேன். மேடையின் முன்பக்கம் ஒரே ஆரவாரம்! அஜித் ஏறியிருப்பார். தடுக்கை நோக்கி நடந்தேன். வழக்கமான இடத்தில் கை விரல்களை நுழைத்து, ஓலையை விரித்துப் பார்க்க ராணி தரையில் உட்கார்ந்திருந்தாள். ஸ்ரீஜா ராணியின் முகத்தைத் துண்டால் ஒற்றிக் கொண்டிருந்தாள். யாரோ அந்த அறைக்குள்ளிருந்து வெளியேறி மேடைக்குப் போனார்கள். உடனே ராணி பரபரப்பாகி ஸ்ரீஜாவை உசுப்பவும், நான் கூர்ந்து கவனித்தேன். 'என்னவோ திருட்டுத்தனம் இருக்கு இவள்களுக்குள்ளே!' ராணி குனிந்து ரவிக்கை ஊக்குகளை கழற்றுவதைப் பார்த்துக் கிறங்கி அங்கேயே நிலைத்தேன். ஸ்ரீஜா ரதீஷின் தோல் பைக்குள் இரண்டு கைகளையும் நுழைத்து துழாவுகிறாள். துணிமணிகள் தானா? பாம்பு இல்லையா? ப்ச்... ராணியை மறைத்துக் கொண்டு நிற்கிறாள். எனக்கு இருப்புக் கொள்ளவில்லை. ஏய்... ஸ்ரீஜா! தள்ளி நில்லேன் எருமை. அட! கேட்டு விட்டதா என்ன? தள்ளிப்போகிறாளே ... பின்னால் யாரும் வருகிறார்களா என்று பார்த்துக்கொண்டு பொங்கிய வியர்வையைக் கையால் துடைத்தபடியே கவனித்தேன். ராணி ரவிக்கையிலிருந்து ஒரு பக்க மார்பை முழுவதுமாக வெளியே இழுத்து மடியிலிருந்த குழந்தையின் வாயில் திணித்தாள். அடிப்பாவிகளா! குழந்தையையா வைத்திருந்தீர்கள் இவ்வளவு நேரமும்?

"பாதிதான் குடிச்சிருக்கா முட்டக்கண்ணி! அப்படியே இருக்கு பாரு மீதி?"

என்றாள் ஸ்ரீஜா. அவள் கையில் பால்புட்டி. நான் மூச்சுக்காட்டாமல் நகர்ந்தேன். குறுகுறுப்பு, தாழ்வுணர்ச்சி, திகில் என்று கலவையாக மனம் படபடத்தது. வெறி பிடித்தாற்போல நடந்துகொண்டே இருந்தேன்.

நள்ளிரவில் திரும்பிக் கொண்டிருந்தது வண்டி. வழியில் நிறுத்தச் சொல்லி தேநீர் குடிக்க இறங்கினான் சரவணன். நான் யோசனைகளுக்குப் பிறகு உறங்கிக்கொண்டிருந்த ராணியை மெல்லத் தொட்டு உசுப்பினேன். பாவமாக பார்த்தாள். "ஏதாவது வேணுமாம்மா? டீ குடிக்கிறியா? வாங்கீட்டு வர்ட்டுமா?" என்றேன். தயங்கி, பின்பு மெல்லத் தலையாட்டினாள். வண்டியைத் திரும்ப எடுத்தபோது சரவணனிடம் "முன்னாடி ஒக்காந்துட்டு வர்ட்டுமா சரவணா?" என்றவுடன் "ஏறிக்க" என்றவன், பின்னால் போய் என் இருக்கையில் அமர்ந்தவுடன் கண்களை மூடி சாய்ந்தான். வண்டியை எடுத்ததும் தானாகப் பாடல் ஒலித்தது.

“ஊரைத்தெரிஞ்சுகிட்டென்
ஓலகம் புரிஞ்சுகிட்டென் கண்மணி ஏங் கண்மணி”

சரவணன் சட்டென்று விழித்துக்கொண்டு,

“யோவ் பாட்ட மாத்துய்யா” என்றான்.

நான் “கறுப்புக் கண்ணாடி வேணுமா சரவணா?” என்றதும் சிரித்துக் கொண்டான்.

மெலிதாய்ப் பெருமூச்சு விட்டான். திரும்பவும் சரிந்து கொண்டான்.

“பச்சேக் கொழந்தையின்னு பாலூட்டி வளத்தேன்...
பாலக் குடிச்சுப்புட்டு பாம்பாக கொத்துதடி”

அரைகுறையாக தூங்க முயற்சித்துக்கொண்டிருந்த ஸ்ரீஜா, பயங்கரமாக சிரிக்க ஆரம்பித்தாள். ராணி அவள் முதுகில் செல்லமாக அடித்தாள். சரவணன் அவனைத்தான் கிண்டலடிக்கிறாள்கள் போல என்று நினைத்துக்கொண்டு அசட்டுச் சிரிப்பு சிரித்தான். விஷயம் கசிந்துவிடாமல் ராணி வீடுபோய்ச் சேர்ந்துவிட வேண்டும் என்று நினைத்துக்கொண்டேன். அந்த வரி வரும்போதெல்லாம் ராணியும் ஸ்ரீஜாவும் சிரித்தபடியே இருந்தார்கள். குளிர்ந்த காற்று மெதுவாய் தலைகோத தூங்கிப் போனார்கள். சரவணன் குறட்டை விட்டான். நான் ஓட்டுநரிடம் என்னிடமிருந்த பாடல்களைக் கொடுத்தேன். முதல் பாடல் ஒலித்தது

“சந்தன மல்லிகையில் தூளி கட்டி போட்டேன்
தாயி நீ கண்ணுறங்கு தாலேலல்லேலோ”

திரும்பி தோல்பையைப் பார்த்தேன். இரண்டு மடிகளில் ஜம்பமாய் அமர்ந்திருந்தது. சாலை விளக்கு வெளிச்சம் வண்டிக்குள் வந்து வந்து போனது. தாளம் போட்டபடியே அலுங்காமல் குலுங்காமல் ஓட்டினார் வண்டிக்காரர்.

❖

பறப்பன திரிவன சிரிப்பன

சாமியை முதல் தடவை எங்கே பார்த்தேன் என்பது நன்றாக நினைவில் இருக்கிறது. காந்திபுரம் பேருந்து நிலையத்துக்கு எதிர்ப்புறமிருந்த ஒரு டீக்கடை வாசலில், பழைய செய்தித் தாளை விரித்து, அதில் உளுந்து வடையை உதிர்த்துப் போட்டுக் கொண்டே காகம் போல ஒலியெழுப்பினார். நிமிடங்களில் அவரைக் காகங்கள் சூழ்ந்துகொண்டன. சாலையில் இந்தப் பக்கத்திலிருந்து பார்த்தால் போதகர் சுவிசேஷம் சொல்லிக்கொண்டிருப்பது போலவும் அவரைச் சூழ்ந்திருந்த காகங்கள் தேவஜனங்கள் போலவும் தெரிய நான் ‘இந்த ஆளிடம் தான் வேலை கேட்கப் போகிறேனா?’ என்கிற யோசனைக்குள் போனேன். திடீர் திடீரென்று ஒரு காக்கை எழுந்து இரு கரங்களையும் உயர்த்தி ‘ஆண்டவருக்கு ஸ்தோத்திரம்’ என்று அமர்ந்தது. பாறையுச்சிப் பருந்து வெயிலுக்கு இறக்கையை விரித்து போதகரின் தோரணையில் நிற்கும். காக்கைகளிடம் ‘தனித்திறன் வெளிப்படுத்துத’லே இல்லை. உணவுக் காக அவ்வப்போது தனியாகக் கரைந்தாலும் பெரும்பாலும் கோரஸ்தான். தரையில் தவ்வித் தவ்வி குழூநடனம்தான். சிறு பிள்ளைகள் காகத்தை அவ்வளவு எளிதாக வரைந்து விடுகின்றனர். கூட்டல் குறியோ, பெருக்கற்குறியோ தப்பாகப் போனாலும் காகங்களின் கால்களுக்குப் பொருந்திவிடுகிறது, பெரியமூக்கும், சதுரத்தலையும் கோமாளித் தோற்றத்தை உண்டாக்கி விட, தலைமுடியை சரியாக வெட்டிக் கொள்ளாத பையனைப்போலவும்

இருக்கின்றன. அட இந்த ஆளுக்கும் தலைமுடி அப்படித்தான் இருக்கிறது. வணங்காமுடி!

"என்னல்லாந்தெரியும்?"

"ஒண்ணுந்தெரியாது, ஆனா, எத சொல்லிக் குடுத்தாலும் கத்துக்கத் தயாரா இருக்கறன்" என்றேன். கத்தரி சிகரெட்டை பற்ற வைத்தபடியே கிண்டலாக சிரித்துக்கொண்டார் அந்த ஆள்.

"வண்டி ஓட்டத்தெரியுமா?" என்று சிகரெட் புகையப் புகைய அந்தாள் கேட்ட மாத்திரத்தில் தலையாட்டினேன். சாவியை எறிந்தார். பிடித்தேன். "எடு" என்றார். நான் வேலைக்கு சேர்த்துக் கொள்ளப்பட்டேன் என்பதைப் புரிந்துகொண்டேன். அவருக்குப் பதிப்பு தான் தொழில். பூச்செண்டுகளில் வைக்கிற இரண்டங்குல வாழ்த்து அட்டை துவங்கி முழுச் சுவரொட்டி அளவிலான விஷயங்கள் வரையிலான பல்வேறு நிறுவனங்களின் தேவை நிமித்த உத்தரவுகள் அந்தாளின் கைவசமிருந்தன. என்னை கூடவே வைத்துக்கொண்டார். நிறுவனங்களின் உத்தரவுகளை நேரில் விபரங்களுடன் கேட்டுக்கொள்ள, விநியோகம் செய்ய, பெரும்பொட்டலங்களாகக் கட்டி அனுப்ப என்று பலவாறாக பயன்படுத்துவார். பெரும்பாலான சமயங்களில் அவரது இரண்டு சக்கர வாகனத்தின் ஓட்டுநராக இருப்பேன். சில சமயங்களில் அந்தாளே ஓட்ட, பின்னே அமர்ந்து 'உம்' கொட்டிக்கொண்டிருந்தால் போதும். பேச்சு, பேச்சு, பேச்சு. பேசிக்கொண்டே இருப்பார். நானும் இரண்டுமுறை ஆர்டர்கள் எடுத்தேன். இரண்டுமே மாபெரும் தோல்வி! முதல் ஆர்டர் ஒரு நகைக்கடைக்காரர் தந்தது. சட்டைப்பையில் வைத்துக் கொள்ளும் அளவிலான விநாயகர் படம். அதற்குக் கீழே வாடிக்கையாளருக்குச் சகல செல்வமும் கிடைக்க ஒரு வாழ்த்தும், செய்கூலி சேதாரமில்லை என்பதைத் தனித்த நிறத்திலும் போட்டு வரச் சொல்லியிருந்தார். ஐயாயிரம் ரூபாயை அச்சாரமாகவும் கொடுத்திருந்தார். அவருடைய ஒரே நிபந்தனை 'விநாயகரின் பின்னணி நிறம் கருநீல நிறத்தில் இருக்க வேண்டும்' என்பதுதான். வடிவமைக்கும்போது நான் இந்தாளிடம்,

"கருநீலந்தா வேணுங்கறாருங்க" என்று மூன்றுதடவை அடிக்கோடிட்டுச் சொன்னேன்.

"அதெல்லாம் வந்துரும்யா". என்றார்.

சிவகாசியிலிருந்து வந்திருந்த பார்சலைப் பிரித்துப் பார்த்தால் அவ்வளவு அழகாக வந்திருந்தது படம். விநாயகரின் ஆபரணங்களில் எல்லாம் சொர்ணப்பூக்கோலங்கள். ஆயினும் பயன் என்ன? பின்னணியில் வந்திருந்தது ஆகாய நீலம்! பாதாளத்துக்கும் கேட்கும்படி பெருமூச்சு விட்டேன்.

“கொண்டுபோய் குடுத்துட்டு... காச வாங்கிட்டு வா” என்றார்.

நான் தீர்மானமாகச் சொன்னேன்.

“பணம் வராதுங்க”

“ஓஹோ ... ஏன்”

“இது கருநீலமில்லை ... அவரு ஒத்துக்க மாட்டாரு ... கருநீலத்துல ஏதோ செண்டிமெண்ட் இருக்குது அவருக்கு”

“நீயே முடிவு பண்ணிக்காத...”

‘கையிலிருப்பதை விற்பதுதான் நல்ல விற்பனையாளனுக்கு அழகு’ என்பதாகச் சொன்னார். அதை ஏற்றுக் கொள்ளமுடியாமல் ‘அது நம்முடைய தயாரிப்பாக இருந்தால் விற்றுவிடலாம். வாடிக்கையாளர், ஒரு பொருளை இன்னின்ன மாதிரிதான் வேண்டும் என்று கொடுத்த ஆர்டரில் நம்முடைய வசதிக்குத் தகுந்தாற்போல் மாற்றிவிட்டு அவர்கள் தலையில் கட்டப் பார்ப்பது சரியில்லை’ என்றேன். சிகரெட்டைப் பற்றவைத்து விட்டு புகைக்கு நடுவே சுருங்கிய முகத்தோடு;

“ப்ச்... போய் பாரப்பா” என்றார் சலிப்பாக.

மின்னஞ்சலை சிவகாசிக்கு அனுப்புவதற்கு முன்பாக, நிறம் வைக்கும்போது இன்ன நிறத்துக்கு இவ்வளவு சதவீதம் வைத்தால் காகிதப் பதிப்பில் இந்த நிறம் வரும் என்பதெல்லாம் இந்தாளுக்கு அத்துப்படி. கோட்டை விட்டு விட்டதை, கவனக்குறைவை ஒப்புக்கொள்ள மறுக்கிறார். முதலாளி அல்லவா!

நகைக்கடை முன்பு வண்டியை மூட்டையோடு நிறுத்திவிட்டு கையில் ஒரு படத்தை மட்டும் எடுத்துக் கொண்டுபோய் முதலாளியிடம் நீட்டினேன். வாடிக்கையாளப் பெண்ணுக்கு மஞ்சள் துணிப்பைக்குள் வைத்த நகைப்பெட்டியை இரண்டு கைகளாலும் கொடுத்தபடியே என்கையிலிருந்தப் படத்தை பார்த்தவர், வெடுக்கென்று திரும்பிக்கொண்டார். அந்தப் பெண்ணிடம் படுசெயற்கையாக புன்னகைத்து,

“நகை நெறைய சேரட்டும்மா... ஆகட்டும்மா... நல்லதும்மா...” என்றார் கும்பிட்டபடி.

மேசையின் மீது அந்தப் படத்தை வைத்தேன். கேரம் காயினை சுண்டுவது போல ஒற்றை விரலால் சுண்டினார். நான் பேச வாயெடுத்தபோது இடது உள்ளங்கையை முகத்துக்கு நேராக காட்டி வாயடைக்கச் செய்தார். நான் மெதுவாக,

“பதினாறாயிரம் படங்கள்” என்றேன்.

“அதுக்கு?”

எனக்கே என்மேல் பரிதாபம் வந்தது.

“அட்வான்ஸ திருப்பித் தர வேண்டாம் போ”

“ஆனா ... இனிமே இந்தப்பக்கம் வரவேண்டாம்”

ஒரு இடைவெளி விட்டு

“ஏமாத்திட்ட” என்றார் எங்கேயோ பார்த்தபடி.

வெகுபாரமாய் தோளிலிருந்து நெஞ்சை அழுத்திய அந்த பதினாறாயிரம் அவமானங்களையும் சுமந்துவந்து அலுவலகத்தின் நடுத்தரையில் விசிறிவிட்டு வெளியே வந்து சிகரெட்டைப் பற்றவைத்துக் கொண்டேன். இந்தாள் வந்து “வுடப்பா ... இதுக்கெல்லாம் கவலப் படக் கூடாது ... இந்த மாதிரி எவ்ளோ பாத்துருப்பேந்தெரிமா? ... டீ சாப்புடலாம் வா” என்று தோளில் கை போட்டு இழுத்தார்.

இருவரும் வண்டியில் பேசிக்கொண்டே காசோலைப் புத்தகத்தை எடுத்து வருவதற்காக வீட்டுக்குப் போனபோது அவரது மனைவியைப் பார்த்தேன். மாமிக்கு மஞ்சள் ஒளி பொருந்திய அழகு முகம். லட்சுமிகரம். தென்னைமரத்தின் ஓரத்திலிருந்த வேலிக்கல்லின் மீது சோற்றைக் கவளமாக பிடித்து வைத்துக் கொண்டிருந்தார். பொதுபொதுப்பான கைகள். கொஞ்சம் குண்டு லட்சுமி.

இந்தாள், “செக் புக்கப் பாத்தியா மாலினி” என்றார்.

“போயி ... எங்க வெச்சீங்களோ அங்கயே பாருங்க” என்று மாமி திரும்பாமலேயே பதில் சொன்னதும், இந்தாள் உள்ளே போனார். இந்த இடைவெளியில் தென்னைமரத்திலிருந்து ஒரு அணில் இறங்கி மாமி வைத்த கவளத்தைத் தின்னத் துவங்கியது. நான் ஆச்சரியமாகப் பார்த்துக்கொண்டிருந்த போதே பிசைந்து கொண்டிருந்த கையை அசைக்காமல் அணிலை நோக்கி மாமி நீட்ட அணிலும் சர்வ சாதாரணமாகக் கையில் ஏறி பருக்கைகளைத் தின்பதும் மாமியின தோளுக்கு ஏறி பின் மணிக்கட்டுக்கு இறங்குவதுமாய் இருந்தது. உள்ளங்கையில் நின்று இரண்டு முன்னங்கைகளாலும் தின்னும்போது மாமியைக் கும்பிடுகிறது போல ஒரு தோற்றம். சொல்லி வைத்தது போல கூரையின் மீதும் வேப்பங்குலையிலும் அமர்ந்திருந்த காக்கைகள் கரைந்தன. தோணித்தகரம் அதிர மாமி அதிகாரமாய் குரல் எழுப்பினார்

"ஏய்... இருங்க... வருவன்ல?" என்றபடியே அணிலுக்குத் தெரியாமல் மறைக்கிற பாவனையில் இடக்கையில் கிண்ணத்திலிருந்த சோற்றை அள்ளி விசிற காக்கைகள் தரையிறங்கின.

அந்தாள் வேகமாக வந்து "வா போலாம்" என்றார்.

"கெடச்சிருச்சா?" என்று கேட்டேன். எனக்கு இன்னும் கொஞ்ச நேரம் வேடிக்கை பார்க்கும் ஆவலாதி.

உதடு பிதுக்கி "ம்ஹீம்... ஏறுய்யா போலாம்" என்றார். வண்டியை இந்தாள் உதைத்த வேகத்திற்கு அணிலோ, காக்கைகளோ, அல்லது மாமியுமோ கூட சலனப்பட்டதாகத் தெரியவில்லை. கொஞ்ச தூரம் வந்து ஆவின் பால் டீக்கடையில் வண்டியை நிறுத்தி சிகரெட்டைப் பற்றவைத்துக் கொண்டார். "டீ சொல்லு" என்றார். சொன்னேன். புகையை ஊதியபடியே பேசினார்

"எம் பையனுக்கு கண்டமிருக்கு, அவன சாமிக்கு தத்து குடுத்து வாங்கணும்னு சொல்லிட்டாரு ஜோஸியரு! என்ன பண்றதுன்னே தெரியல ரெண்டு பேருக்கும். கோவிலுக்குப்போய் அவரு சொன்னபடி சாமி சன்னதியில குழந்தைய விட்டுட்டு தவுட்டக் குடுத்து வாங்கிட்டு வந்தோம்"

"ஆனாலும் கண்டமிருக்குன்னு சொல்லிட்டாரே? உள்ளுக்குள்ள ஒரு பயம் இருந்து தின்னுட்டே இருக்கு. கோவிலுக்கும் வீட்டுக்குமா அலைஞ்சிட்டு இருந்தோம். ஒரு நாள் சித்தாப்புதூர் ஐயப்பன் கோவிலுக்குப் போயிட்டு வரும்போது வீட்டு வாசல்ல விழுந்து கெடந்தது ஒரு அணில் குஞ்சு. அதை எடுத்து இங்க் ஃபில்லர்ல பாலூத்தி வளக்கத் தொடங்கிட்டா இவ... வீட்டுக்குள்ள ஓடியாடி வெளையாடறதும இவமேல ஏறி எறங்கறதுமா நல்லா இருந்தது. பொசுக்குனு செத்துப் போச்சு... இவளுக்கு மனசே விட்டுப் போச்சு... திரும்பவும் கோவில் கோவிலா சுத்திட்டிருந்தோம். இங்க தான் ராம் நகர் கோவில்ல எதேச்சையா ஜோஸியரப் பாத்தோம். பேச்சு வாக்குல அணிலப் பத்தியும் பேச ஆரம்பிச்சு எல்லாத்தையும் சொன்னா... அந்த மனுஷன் 'புள்ளயோட கண்டத்தை இப்படி சரி பண்ணிட்டியே ராமா?' அப்படீங்கறார்!... எனக்கு ஒண்ணுமே புரியல... என்னாங்க சொல்றீங்கன்னு கேட்டா... மிருகங்கள்ல அணிலையும் கீரியையும் மட்டுந்தானேங்க புள்ளைங்கன்னு சொல்றோம்... அந்தப் புள்ள தானா வந்தது, அம்மா கையால சாப்பிட்டு, அம்மா புள்ளையாவே செத்தும் போச்சு... கணக்கு தீந்தது... போங்க உங்க புள்ள பொழச்சுட்டான்னாரு... எனக்கு ஒடம்பெல்லாம் சிலுத்துக்கிச்சு. சொன்னா நம்ப மாட்ட... அப்படியே ஒக்காந்து அழுதம்பாரு ஒரு அழுகை... ஐயப்பா... பேசிக்கொண்டே இருந்தவர் சட்டென்று

சிகரெட்டைக் கீழே போட்டு விட்டு “வா... போலாம்... பார்சல் போடணும் மதுரைக்கு” என்றார்.

இரண்டாவது ஆர்டர் கம்யூட்டர் சாம்பிராணி தயாரிப்பு நிறுவனத்தினுடையது. அங்கே பொறுப்பில் இருந்தவர் ஒரு பெண். கண்டிப்பான டீச்சர் போலிருந்தார். உள்ளே போய் அமர்ந்ததும். “கோவிச்சுக்காம ஷூ, சாக்ஸ் ரெண்டையும் கழட்டி வெச்சுட்டு, பக்கத்துல பைப் இருக்கு... காலைக் கழுவிட்டு வந்துருங்க சார்... இன்னிக்கு வெள்ளிக்கிழமை” என்றார் மூக்கு நுனியைத் தடவியபடி.

ஆர்டரெல்லாம் கிடைத்தது. கம்யூட்டர் சாம்பிராணிப் பெட்டிகள். இந்த முறை நிறம் வைக்கும்போது கூடவே இருந்து பார்த்துக்கொண்டேன்.

“ஒரு சாம்பிள் அனுப்பச் சொல்லுங்களேன்?’’ என்று இந்தாளிடம் கேட்டேன்.

“அட... ஒரு தடவை மிஸ்ஸாகும்பா... ஏதோ கவனக் கொறவு... இனி ஆகாது நீ தைரியமா போ... போய் சிட்டி டிராவல்ஸுல பார்சல் வந்துருச்சான்னு பாரு.”

பெட்டிகள் வந்து சேர்ந்தன. நிறம் எல்லாம் சொல்லி வைத்தது போல் கச்சிதமாக இருந்தது. பத்து சாம்பிராணிகளை வைத்து மூட வேண்டிய கையகலப் பெட்டிகளுக்குப் பதிலாக பழைய படங்களில் டாக்டர் கையோடு கொண்டுவருகிற மருந்துப்பெட்டி யின் அளவில் வந்திருந்தது! அதில் பத்திருபது சாம்பிராணிப் பெட்டிகளையே அடுக்கி வைக்கலாம்! நம்மாள் இந்த முறை அளவு வைக்கும்போது சொதப்பியிருக்கிறார். இருபதாயிரம் பெட்டிகள்! நான் சிகரெட்டைக் கடித்துத் துப்பினேன். அப்போதும் அசராமல் சமாளிக்கும் விதமாக,

“அப்படியே பெட்டியா தொங்க விடலாம்பா கடைகள்ல... விளம்பரம் ஆகும்ல?” என்றவரை முறைத்தேன். ‘முட்டாப் பயல எல்லாம் தாண்டவக்கோனே...’

“ஏங்க... பெட்டிக்கடையில தொங்க விடற சைஸா இது? சூட்கேஸத் தொங்கவிடற அளவுல கடைக இருக்கா நம்மூருல?”

காலைக் கழுவிட்டு உள்ளே வரச்சொன்ன டீச்சர் முகம் நினைவுக்கு வர நான் போக மறுத்துவிட்டேன்.

“நானே பாத்துக்கிறேன்” என்றார். தினமும் பார்க்கிறார். இன்றுவரை இருபதாயிரம் ‘சூட்கேஸு’களும் அவர் பார்வைக்கு உட்பட்டவையாக இங்கேயேதான் இருக்கின்றன.

ஒரு நாள் ஆபீஸுக்குப் போனால் "எங்க வீட்டுக்கு போயி மாமிக்கு ஹெல்ப் பண்ணு. நான் பார்சல் போட்டுட்டு வந்தர்றேன்" என்றார். அங்கே மாமியும் சமையற்காரப் பெண்ணும் சேர்ந்து தென்னை மரத்தடியில் தொட்டியில் மண்ணை நிரப்பிக்கொண்டிருந்தார்கள். "என்ன மாமி வேலை?... செடி வைக்கணுமா?" என்று கேட்டேன். இல்லையென்பதுபோல தலையாட்டிவிட்டு மண்ணை நிரப்புவதிலேயே குறியாக இருக்க நான், "தள்ளிக்கோங்க... நா பண்றேன்... என்னென்ன செய்யணும்னு... சொல்லுங்க" என்றதும் மாமி சொன்ன வேலை கொஞ்சம் வித்யாசமானது. சுவாரசியமானதுங்கூட. மாமிவீட்டு அடுப்பபடியிலிருந்து வரும் கழிவு நீர் வந்து சேருகிற இடம் தென்னை மரத்தடி. அங்கே விழுகிற பருக்கைகளுக்கும் அணில்கள் இறங்கும். அதையொட்டி இருக்கிற வேலிக்கல் மீதும் அவ்வப்போது மாமி சாதம் வைப்பார். நான் பார்த்திருக்கிறேன். பிரச்சினை என்னவென்றால் மாமி உள்ளே இருக்கிறப்போது காக்கைகள் அணில்களைக் கொத்தித் துரத்துவதாகவதாகவும், சில நேரங்களில் அணில்குஞ்சுகளையே தூக்கிக்கொண்டு போய்விடுவதாகவும் அதைத் தடுப்பதற்காக ஒரு யோசனை தோன்றியிருப்பதாகவும் சொன்னார். மாமியின் யோசனைப்படி கொய்யா மரக்கிளையை வெட்டி, மண்தொட்டியில் நிறுத்தி, அதைத் தென்னை மரத்தோடுச் சேர்த்து வைத்துவிடுவது. பின்னர் கொய்யாக்கிளைக்கும், தென்னை மரத்திற்குமாகச் சேர்த்து தரையிலிருந்து ஒரு கம்பி வலையைப் போர்த்துவது. அணில் தென்னைமரத்தினூடாக வேர் வரை இறங்கும்படியும் கொய்யாக் கிளையில் ஏறி விளையாடும்படியும் சிறு இடைவெளிவிட்டு போர்த்திவிட்டால் அணில்களை, காக்கைகள் தொடமுடியாது. நான் ஒப்புக்கொண்டேன். வெல்டிங் செய்யும் ஒரு ஆளைக் கூட்டி வந்து கூடுதலாக ஒரு ஐடியாவையும் சேர்த்தேன். மாமி சொன்ன அமைப்பிலேயே காதல் பறவைகள் கூண்டு போல ஒரு கதவு வைத்தேன். அப்புறம் மாமி அணிலுக்குச் சோறு வைப்பது எப்படி? கொய்யாக் கிளைகளில் உச்சிகளில் சில்வர் கிண்ணங்களைத் திருகாணிகளால் முறுக்கி இணைத்தேன். இப்போது தண்ணிர் ஊற்றலாம். வேர்க்கடலை வைக்கலாம் அணில் குஞ்சுகளிடமிருந்து காகங்களால் தட்டிப் பறிக்க முடியாது. மாமிக்கு அவ்வளவு சந்தோஷம்.

அந்த ஆளுக்கு புகைப்படத் தொழில் தொடர்புகள் நிறைய இருந்தது. புகைப்படக் கருவிகள், அது சம்மந்தமான பொருட்கள் விற்குமிடங்களில் பதிப்பு சம்மந்தமான அனைத்தையும் அவர்தான் உற்பவித்துக் கொடுத்தார். காகித உறைகள், பில் புத்தகங்கள்,

நடிக, நடிகையர் படங்கள் பதித்த அஞ்சலட்டையளவிலான புகைப்படங்களின் ஆல்பங்கள், பெரிய ஆல்பங்கள், இத்தனையையும் இங்கிருந்து மதுரை, திருச்சி, மங்களூரு, பெங்களூரு, ஷிமோகா, போன்ற நகரங்களுக்கு அனுப்பிவிட்டு மூன்று மாதங்களுக்குப் பிறகு ஒருமுறை நேரில் போய் கணக்கு சொல்லி காசு வாங்கி வரவேண்டும். முதலில் மதுரை, பின்பு பெங்களூரு, அதற்கப்புறம் மங்களூரு என்று என்னை வசூலுக்கு அனுப்பினார். புத்திசாலித்தனமான கணக்குகளும், முட்டாள்தனமான முடிவுகளுமான விசித்திரக் கலவையாக அந்தாள் இருந்தார். நானாக இருந்தால் என்னை வேலைக்கு எடுத்திருக்கவே மாட்டேன். அப்படியே எடுத்திருந்தாலும் கூடவே கூட்டிக் கொண்டு திரிய மாட்டேன்.

மாலைகளில் இருவரும் மதுச்சாலைகளில் இருப்போம். அந்தாள் மது குடிக்கவும் நான் தொடுகறி வகைகளைச் சாப்பிடவும் ஆர்வமாயிருப்போம். பரிசாரகனைப் பார்த்து அதே 110 என்பார். கால்குப்பி பிராந்தியும், காய்கறித் துண்டுகளும் சாப்பிடுவார். 110 ரூபாய் பில்லாகும். எப்போதும் 110–ஐத் தாண்டிவிடக் கூடாது என்பதில் கவனமாக இருப்பார். இது அந்த ஆளுக்கு மட்டுந்தான். எதிரில் அமர்ந்திருக்கும் யாரும் எதை வேண்டுமானாலும் வரவழைத்துச் சாப்பிடலாம். ஒரு முறை சோதித்துப் பார்க்க வேண்டி முழுக்கோழியை வரவழைத்தேன். ‘ஒட்டகம் இருந்தால் கூட வரவழைத்துச் சாப்பிடு’ என்றார். ஆனால் சாப்பிட வேண்டும் என்பதில் கண்டிப்பாய் இருப்பார். நல்ல போதையில் பாடுவார். பெரும்பாலும் புத்தம் புதிய பாடல்கள்! இன்னும் சந்தோஷமாக இருந்தால் நாடக பாணியில் சுத்தச்செந்தமிழில் பேசுவார்

“சோழன் மகளை சேரன் மணந்தான்…

சேரனுக்கு ஒரு செல்வன் பிறந்தான்…

செல்வன் இந்தச் சிலையை மணந்தான்”

“தெரிந்த கதை தானே இது?”

“நடந்த கதையும் கூட?”

“நடக்காத கதை ஒன்றை சொல்லுங்கள்…”

“சுவைக்காது கண்ணே அது…”

நடு ரோட்டில் அரசர் அழும்பு செய்வார். மனிதர் நடுராத்திரிவரை பேசிப்பேசி எவ்வளவு தாமதமாகப் படுத்தாலும் காலை 4.30க்கு எழுந்து கொள்வார்.

பெங்களூரில் கௌதம் லாட்ஜில் அறையெடுத்தோம். தானே நேரில் வந்தால் நிலுவையிலிருக்கிற பழைய பாக்கியையும் வசூல் செய்துவிடலாம் என்பது இந்தாளின் திட்டம். கீழே இறங்கி தேநீரும் சிகரெட்டுமாக நின்றுகொண்டிருந்தபோது இடது பக்கத்தில் ஒரு துணிக்கடையின் ஷோரூம் வாசலில் இட்லிக்கடை பரபரத்த விற்பனையில் இயங்கிக்கொண்டிருந்தது. குலையாத மார்பகங்களுடனான நடுவயதுள்ள பெண் இட்லி ஊற்றிக் கொண்டிருந்தாள். எட்டிப் பார்த்தால் இட்லி அல்ல! இட்லி மாவை ஆப்பம் ஊற்றுவது போல் ஊற்றி மூடிவைத்தாள். ஓரிரு நிமிடங்கள் கழித்து வெந்ததை எடுத்து நின்றபடியே சாப்பிட்டுக் கொண்டிருந்தவர்களுக்கு வழங்க, இதென்னது? ‘தோசையளவு அகலம் இட்லியளவு கனம்’ என்று வியந்தேன்.

“அதுதான்... தட்டே இட்லி” என்றார் இவர்.

“சரி... வா வா சலூன் எதாவது இருந்தா ஷேவ் பண்ணிட்டு குளிச்சுட்டு வருவோம்” என்றார். நடந்தோம். அந்தச் சாலையின் ஓரத்தில் வெறிச்சோடிக் கிடந்த சலூனில் இந்தாளுக்கு ஷேவிங் துவங்கி பாதி முகம் தெளிந்தபோது உள்ளறையிலிருந்து ஒரு பெண் வெளிப்பட்டாள். வெள்ளையில் சரிகை வைத்த கேரளத்துப் பாரம்பரியப் புடவை, தாராளமாக பெருத்திருந்த தனங்கள், ஈரக்கூந்தல். சந்தன சோப்பின் வாசனையுடன் இடையிடையே உரசியபடி போவதும் வருவதுமாக இருந்தாள், அவள் வெளிப்படும் போதெல்லாம் இந்தாள் தலையைத் திருப்பினார். நானும்தான். ஷேவிங் செய்துகொண்டிருந்தவன் சலித்துக் கொள்ளவேயில்லை. ஷேவிங் முடிந்தது. அவளைக் காணோம். இந்தாள் இறங்கி ரொம்ப நிதானமாகச் சட்டையை உதறி, தலையைவாரி, அவளைத் தேடிக்கொண்டிருந்தார்.

“நீயும் பண்ணிக்கோ” என்றார் சமயோசிதமாக.

எனக்குச் சவரம் செய்தபடியே இந்தாளையே பார்த்துக் கொண்டிருந்த அவன் சரளமாகத் தமிழ் பேசினான்.

“குரு... தலைக்கு ஆயில் மசாஜ் பண்ணிக்கிறீங்களா?”

“அவங்க பண்ணிவிடுவாங்க”

எனக்கு ரத்தம் தலைக்கேறியது.

“அப்படியா பண்ணிக்கலாமே!”

“டூ பிப்டி”

“ப்ச்” எனக்கு அது பிரச்சினை அல்ல என்பதுபோல அலட்சியமாக முகத்தைச் சுழித்து ஒலியெழுப்பினார். அவன்

அவளைக் கூப்பிட்டான். முன்பைவிடவும் மாராப்பு விலக்கப் பட்டிருக்கிறதோ என்று சந்தேகித்தேன். பக்கத்து இருக்கையில் இந்தாள் அமர்ந்தார். அவள் இந்தாளுக்குப் பின்புறமாக வந்து தலையை ஆதரவாகப் பிடித்து இருக்கையில் பொருத்தி மார்பகங்களை இடது வலதாக முட்டுக் கொடுத்தாள். அவளது இரண்டு மார்புகளும் இந்தாள் தலையை தொட்டாற்போலிருக்க கோவில் தூணில் சாய்வது போலக் கண்களை மூடி நிஷ்டையில் ஆழ்ந்தார். இவன் வேறு என்னை சரியாகத் திரும்ப விடாமல் சிரத்தையாக சிரைத்துக் கொண்டிருக்கிறான். 'ஒரு ரூபாய் தேங்காயெண்ணையில் 250 ரூபாய்க்கு மஸாஜா?' என்று எழுந்த கேள்வியைக் கழுத்தைத் திருகி உட்கார வைத்தேன். எனக்கும் ஒரு வாய்ப்பு இருக்கிறதே? நான் இறங்கும்போது இந்தாளும் இறங்கினார். இவன் இப்போது தலையைச் சொறிந்தபடி சேவக பாவனையில்,

"அப்புறம் ஃபுல் பாடி மஸாஜ்... அது உள்ளே போய் பண்ணிக்கலாம்" என்றவன், இந்தாளின் முகத்தில் ஒளியைப் பார்த்ததும்,

"அதுக்கு 2500 ஆகும்" என்றான்.

நான் சுதாரிப்பதற்குள் அவளும் இந்தாளும் உள்ளறைக்குப் போயிருந்தார்கள். ஒரு மனிதன் எவ்வளவு நேரம்தான் கன்னட எழுத்துருக்களை ஆய்வு செய்வது? மூவாயிரம் ரூபாய்க்குப் பக்கமாக இழந்துவிட்டு வெளியேறினோம். இட்லிக்கடை இருந்த சுவடே இல்லை. ஷோரூமைத் திறந்திருந்தார்கள். ஆயில் மசாஜ் செய்து கொள்ள அனுமதி வழங்கப்படவில்லையென்ற கோபம் எனக்கு. இந்தாள் குஷியாக இருந்தார். பதினொன்றரைக்கு மேல் கிளம்பி கடைகளுக்குப் போனோம். ரொம்ப சாமர்த்தியமாக பேசிப்பேசி நான்கைந்து கடைகளிலுமாக மூன்றரை லட்சத்தை வசூல் செய்துவிட்டார். எனக்கு ராகிக்களியும் ஆட்டுக்கறிக்குழம்பும் வாங்கிக் கொடுத்தார். அவருக்கு தயிர்சாதம். லாட்ஜுக்கு வந்து தூங்கினோம். நான் கண் விழித்தபோது மாப்பிள்ளை கணக்காக உடுத்திக்கொண்டு புது சிகரெட் புகையப்புகைய பணத்தைப் பிரித்து பத்திரப்படுத்திக் கொண்டிருந்தார்.

"டக்குனு கௌம்புயா வெளிய போவோம்"

இதற்கு மேல் குளித்துக் கிளம்பி எங்கே போகப் போகிறோம்? இன்னும் வசூல் பாக்கி இருக்கிறதா என்ன? பாக்கெட்டில் வைத்திருந்த குட்டி நோட்டில் பார்த்தால் எல்லாம் டிக் ஆகியிருந்தது.

"எங்கீங்க போறம்?"

இப்படியே மெத்தையில் படுத்துக்கொண்டு டீவி பார்த்தபடி இருந்தால் போதும் என்றிருந்தது.

“நீ கௌம்புன்னா கௌம்புப்பா”

ஆட்டோக்காரனிடம் ஏரியா பெயர் சொன்னார். புறநகர்ப் பகுதியில் ஒரு சின்ன கடை. அதில் குட்டி ஆல்பங்களுக்குப் பேசி ஆர்டர் வாங்கிவிட்டார். ‘பழைய பாக்கி இரண்டாயிரம் இருக்கிறதே?’ என்றதற்கு கடையில் இருந்தவன் ஆறு நூறு ரூபாய்கள் கொடுத்தான். போன ஆட்டோவையே நிறுத்தி வைத்திருந்தார். ஆட்டோவில் ஏறியதும்

“கௌதம் லாட்ஜ்” என்றேன் அனிச்சையாக.

இந்தாள் “ம்ஹீம்” என்று மறுப்பதாக தலையாட்டி சிகரெட்டைப் பற்ற வைத்து அது புகையப் புகைய “சித்தார்த்க்கே பிடு” என்றார்.

சித்தார்த் லாட்ஜின் லிஃப்ட்டுக்குள் நுழைந்து

“ஃபோர்டீன்த்து ஃப்ளோர்” என்றார்.

அவன் கிண்டலாக இந்தாளை மேலும் கீழும் பார்த்து,

“ட்வெல்த்து ஃப்ளோரு மாத்திரானே இரோது அதே கொனெ” என்றான். அவனை இந்தாள் மேலும் கீழுமாக பார்த்து

“ஸ்வாகரு சாரு இதாரா ... அவுரு நம்மொ ஸ்னேகிதரு” என்றார். நான் குழப்பமாக இரண்டு பேரையும் பார்த்துக் கொண்டிருந்தபோது அவன் முகம் மாறி, சலாம் வைத்து, “ஆயித்து சார் ... நீவு ஒகி”. என்றான். லிஃப்ட் 11, 12, 13 என்று ஒளிர்ந்து, மறைந்து, ஒளிர்ந்து, மறைந்து 14இல் நின்றது. நாங்கள் வெளியேறும்போது அவன் கையில் நூறு ரூபாய் நோட்டைத் திணித்தார். அவன் பதிலுக்கு ஆறு முறை சலாம் வைத்தான். லிஃப்டிலிருந்து வெளியே வந்ததும் சாம்பிராணி மணம் காற்றில் கலந்துவர, கூடவே கன்னடத்தில் தேவியை உருகியுருகி அழைத்துக்கொண்டிருந்த எஸ்.பி.பியும் வந்தார். தூரத்தில் பூஜை மணியோசை கேட்க, இந்தாள் நின்று நிதானமாக சிகரெட்டை எடுத்து பற்றவைத்தார். கைக்கொள்ளுமளவு புகையும் ஊதுவத்திகளை ஏந்தியபடி எதிர்ப்பட்ட ஒருவர், சுவரில் மாட்டியிருந்த படங்களுக்கு, காலண்டருக்கு எல்லாம் பத்திப் புகையை காட்டியபடியே வந்தார். நாங்கள் நின்றிருந்த நிலைவாசற்படிக்கு புகையைக் காட்டியபடியே,

“ஏன்பேக்காயித்து சார்?” என்று கனிவாக கேட்டார்.

இவர் "லட்டு" என்றார்.

எனக்குச் சிரிப்பு வந்துவிட்டது. 'நண்பர் போலிருக்கிறது... விளையாடுகிறார்' என்று நினைத்துக்கொண்டேன். அவர் அதற்கெல்லாம் அசந்தாரில்லை.பத்தி காட்டிய நிலைவாசற்படியின் கதவை ஒற்றை விரலால் தட்டி "அம்மா... சொல்பா தெகிரம்மா" என்றார். உள்ளே தாள் திறக்கும் சத்தம் கேட்ட அடுத்த வினாடி தோளால் தள்ளினார். விரிந்த கதவுக்கு அந்தப் பக்கம் அறையின் முக்கால் பாகத்திற்கு இடத்தை எடுத்துக்கொண்ட அகலமான கட்டிலில் இருந்து பேச்சும் சிரிப்புமாய் இருந்த பெண்கள் அத்தனை பேரும் பேச்சடக்கி எழுந்து நின்றார்கள். இருபது, இருபத்தைந்து பேர் இருப்பார்கள். ஊதுவத்திக்காரர் பயபக்தியாக ஒவ்வொரு பெண்ணின் இடுப்புக்கு அருகிலும் பத்திகளைக் காட்டி வலது கையால் புகையை அந்தரங்கப்பகுதிக்கு தள்ளிவிடுவது போலச் செய்தார். அவர் அப்படி ஒவ்வொருத்திக்கும் தூபம் காட்டிய போது சம்மந்தப்பட்ட பெண் கைகூப்பி வணங்கினாள். அத்தனை பேருக்கும் தூபம் காட்டிவிட்டு இவரைப்பார்த்து,

"நோடுறீ சார் இதரல்லி யாவ லாடு நிம்மகெ பேக்கு?... செலக்ட் மாடு கொளி" என்றார் பணிவாக...

'ஆஹா ஆஹா' என்றபடி துள்ளிக்கொண்டிருந்தது என் மனது. ஓரக்கண்ணால் பார்த்தேன். பெரும்பாலானோர் புடவையில் இருந்தார்கள். அலுவலகம் போகிற பெண்களைப் போலான தோற்றத்தில் வெகு நேர்த்தியாக. இரண்டொருவர் மட்டும் லிப்ஸ்டிக் போட்டிருந்தார்கள். ஒருத்தி மட்டும் சுடிதார் அணிந்திருந்தாள்.

"தம்பி செலக்ட் பண்ணுப்பா" என்றார் நம்மாள்.

இப்போது தைரியமாகப் பெண்கள் ஒவ்வொருவரையும் நிதானமாகப் பார்த்தேன். உள்ளே கூச்சமாக இருந்தது. நடுவில் நின்றிருந்த ஒருத்தியை ரொம்பவும் பிடித்துப் போனது. மிதமான கருப்பு நிறம். ஒரு வகையில் மின்னும் கருப்பு அது. அதனாலேயே ஈர்த்தாள்.

"கிரீன் ஸாரி" என்றேன்.

நான் கொஞ்சமும் எதிர்பாராதவகையில் இடது கோடியி லிருந்து ஒரு பச்சைப் புடவை என்னை நோக்கி வர, நான் பதறி, அவசரமாய்,

"இல்ல... இல்ல லைட் கிரீன்" என்று அவளைச் சுட்டிக் காட்டினேன்.

"ஆங் . . . லைட்டு கிரினு" என்று ஊதுவத்திக்காரர் மொழிபெயர்த்தார். உடனே ஓட்டமாய் ஓடி வந்து தோளைக்கட்டிக் கொண்டு நின்றாள். முழங்கையைத் தன்னுள் பொதிந்து கொள்ளப் பார்க்கிற அவளது மார்பின் பூரிப்பை, குளுமையை, அவளது மெல்லிய சுகந்தத்தை உள்வாங்கி அவை தந்த சுகத்தில் நெஞ்சை விடைத்து நரம்புகளில் விரைப்பேற நின்றேன். ஆனாலும் ஒரு சின்ன நடுக்கம். உடனே ஒரு சிகரெட்டைப் பற்றவைத்து நெஞ்சின் அடியாழம் வரைக்கும் புகையை இழுத்து வெளிவிட வேண்டும் போல ஒரு விம்மல். அவளோ 'வெளியூரிலிருந்து இப்போதுதான் வந்தார் என் கணவர்' என்பது போல மற்றவள்களுக்கு முன்பாக தோளைத் தழுவுவதும், முந்தியால் மணிக்கட்டைத் துடைத்து விடுவதுமாக இருந்தாள். எனக்கு போதையாக இருந்தது.

"சார் நிம்மகெ?' என்று இந்தாளைப் பார்த்துக் கேட்டார் தூபம்.

நம்மாள் வெகு நிதானமாகக் கண்களை ஓட்டி

"வெள்ளை அந்த ஒயிட்டு" என்றார் ஒயிலாக.

"போலாம் போலாம் ரைட் . . . ரூமுக்குப் போலாம்" என்று எனக்குள் சொல்லிக்கொண்டே இருந்தது என்குரல். மற்ற பெண்கள் உடலைத் தளர்த்தி கட்டிலில் இடம் பிடித்து பேச்சைத் தொடர, ஐந்து பேரும் வெளியே வந்தோம். தூபம் இந்தாளிடம் "ஒந்து சாரி, அர்த்தா கண்ட்டே, ஒந்து ஹவரு" என்று விலைப்பட்டியலை சொல்லிக்கொண்டிருந்தார். நான் பொறுமை இழந்து "ரூமு?" என்று கேட்டுவிட்டேன். தூபம் இந்தாளைத் தாண்டி என்னைப் பார்த்து

"டென், லெவென். நீவு கரக்கொண்டு ஓகி சார்" என்று சொல்லிவிட்டு அவளிடம் "அத்து, அன்னொந்துமா" என்றார். நான் அவள் தோளில் கை போட்டு மாரின் அகலத்தை அளந்தபடி நடந்தேன். அளக்கும் கையை அவளது செல்லப் பிராணியைப் போல தடவிவிட்டுக் கொண்டே வந்தாள். அறையைத் திறந்தவுடன் கதவை மூடினேன். கதவோடு அவளைச் சேர்த்து நிறுத்தி, மொத்த உடலையும் அவள் மீது சாய்த்து காளைக்கொம்பு நிலம் கீறுவதாக அவளைத் துளைத்து வெளியே வர முனைந்தேன்.

"ஸ் . . . ஸ்ஸ்ஸ் . . . மெல்லிங்கா . . . மெல்லிங்கா . . . யாலா . . . இந்தோன்டி அர்ஜெண்ட்டு? நிதானமு" என்றாள்.

"அட! தெலுங்கா"

"அவுனு"

“இன்னி பில்லலு உண்ட்டே கூடா, நன்னு மாத்ரமு யால நச்சிந்தி?” என்று ஒற்றைப் புருவத்தை உயர்த்தினாள். கைப்பந்து விளையாடுபவன் பந்தை எதிர்கொள்ளத் தயாராவது மாதிரி அரைப்பந்தாய் உள்ளங்கையைக் குழித்து அவளது நெஞ்சோரம் கொண்டுபோய் மாரைத் தொடாமல் அதன் மேல் கிடந்த மயிர்க்கற்றையைக் காட்டி “இதுதான்” என்றேன்.

“தொங்கா” என்று சிரித்தாள்.

முடிக்கற்றையைப் பூச்சரத்தோடு சேர்த்து இரண்டு விரல் களால் எடுத்தேன். எடுக்கும்போது தெரியாமல் பட்டதே தவிர அது என் எண்ணமில்லை என்பதுபோல் பிரிந்து, சரிந்து, பறந்தவாறு இருந்த கூந்தலிழைகளை பொறுமையாக விரல்களால் கூட்டிக்கூட்டிச் சேர்த்தேன். கூடுதல் கவனத்தோடு மீண்டும் மீண்டும் தவற விட்டேன். உள்ளே இருந்த இரண்டு ஆட்களும் விம்முவதைப் பார்த்ததும் சிரித்தேன். கையைக் கிள்ளி வைத்து “கொப்ப ரசிகுடு நுவு” என்றாள் கிசுகிசுப்பாக. இரண்டு கைகளையும் பின்னங்கழுத்து வழியாக கூந்தலுக்குள் நுழைத்து மயிரள்ளி இறுக்க, கிறங்கி உதடுகளை மெல்லப்பிரித்து உயர்த்தினாள். ‘தொம்’மென்று கதவை அறையும் சப்தம். “பாடாய்போயிந்தி” என்றாள் சிணுங்கி. திறந்தால், நம்மாள் நிற்கிறார். பின்னால் அவருடைய ஒயிட்டு! என்ன ரசனையோ இந்தாளுக்கு? இருந்ததி லேயே ‘அட்டு ஃபிகர்’ அதுவாகத்தான் இருக்கும். படுக்கவைத்து தண்ணீரைக் கவிழ்த்தால் தோளுக்கும் மாருக்கும் இடையே குழிவில் இரண்டு கிண்ணம் தண்ணீர் நிற்கும்.

“ஏங்க...” என்றேன் சட்டையை இழுத்து விட்டபடி. இப்போது நானொரு சங்கடஸ்தன்.

“சாரிப்பா” உள்ளே வந்தார்.

“உட்காரு... அட உட்காரப்பா” எனக்குக் கோபம் வந்தது. திரும்பி இவளைப் பார்த்தேன். அவளும் விசித்திரமாக அவரைப் பார்த்தாள்.

“ஏமய்யா குரூப் செக்ஸா?” கண்ணடித்துச்சிரித்தாள். அய்யய்யோ! நான் பதறினேன். இந்த ஆளு வெவகாரமானவனா இருப்பானாட்டம் இருக்குதே?

“லேதம்மா... கொஞ்சேப்பு மாட்டலு ஆடுததா உண்ட்டாமு” தெலுங்கும் தெரியுமா? பயங்கரமான ஆளுதான் என்று நினைத்துக் கொண்டேன். இல்லாவிட்டால் இத்தனை பெரிய வியாபாரம் நடக்குமா?

அவர்கள் இருவரையும் பார்த்து,

“ஊட்டா ஆயித்தா… ஏதாவது சாப்புடறீங்களா?”

இவள் புன்னகைத்து “நாக்கு பீரு… தரவாத்த பிரியாணி” என்றாள்.

இண்டெர்காமைத் தட்டி உணவுவகைகளைக் கொண்டு வரப் பணித்தார். என்னைப் பார்த்து “ரெண்டுமணி நேரம் இங்க தான் இருப்போம் அவசரப் படாதே” என்று சிரித்தார். இவளிடம் திரும்பி இளித்தபடி,

“மீ பேரு ஏமி”

என் ஆள் “சாவித்திரி” என்றாள்.

ஒயிட்டு “சித்துரா” என்றது. ம்க்கும்.

பியரும், ஒயினும், பிராந்தியும், பிரியாணியும் அப்புறம் தயிர்சாதமும் வந்தது. இந்த ஆள் பாடத்துவங்கினார்.

“போவோமா… ஆ… ஆ ஊர்கோலம்…”

அதே மெட்டை தெலுங்கில் பாடினாள் சாவித்திரி.

“என்னென்னோ… ஓ… ஓ… அந்தாலு…” ஒரே சிரிப்பு.

காமசூடு மங்கி, மெல்ல ஒரு நட்பு உருவாகுவதுபோல தெரிய எனக்கு அது வினோதமாகத் தோன்றியது. கொஞ்சம் எரிச்சலாகவும் இருந்தது. ஆனாலும் என்ன செய்ய முடியும்? மெதுவாய் சாப்பிட்டு, மெல்லக் குடித்து, நிறையப் பேசினோம். மனிதர்கள் பேச மொழி ஒரு தடையில்லைதான்.

சாப்பிட்டு முடித்ததும் “விளையாடலாமா?” என்றார்.

எனக்கு குரூப் செக்ஸ்தானோ? என்று அடி வயிற்றுக்குள்ளிருந்து அசூசை எழும்ப மெதுவாய் நெளிந்தேன். என்னைப் பார்த்து “கண்ணைக் கட்டி விளையாட்டு” என்றார் கண்களைச்சிமிட்டி. அப்பாடா!

சின்னப் பிள்ளைகள் போல நம்பர் சொல்லி, சித்ராவை மாட்டிவிட்டு, சித்ராவின் கண்ணை அவளது துப்பட்டாவால் கட்டினார்கள். வறுமையிலும் வாழ்வு தேடிப் போராடுதலின் குறியீடாக எலும்பிலும் செழித்திருந்த மார்புகள் அவளுக்கு. அவள் கைகளை நீட்டி தேடிதேடிப் பிடிக்க, இந்தாள் பிரயத்தனமின்றிச் சிக்கிக்கொண்டார். கட்டி உருண்டார்கள். ஒரே சிரிப்பு. அப்புறம் கட்டிலைத் தள்ளிப்போட்டு மொசைக்கற்களை மைதானமாக்கிக் கபடி, பிறகு நொண்டி… எனக்கு இடையிடையே “என்ன இது இப்படி காச வேஸ்ட் பண்றான் இந்தாளு?” என்று தோன்றினாலும் விளையாடுவதும் பால்வேறுபாடின்றி விளையாடுவதில் உருவான

உற்சாகமும், இரண்டு பெண்களின் சந்தோஷக் கூச்சலும், மேலே வந்து விழுவதில் உண்டாகும் ஸ்பரிச சுகங்களுமாக திளைத்தபடி இருந்தேன். விளையாடிக் களைத்து ஓய்ந்து உட்கார்ந்ததும் எனக்கு குளிக்க வேண்டும் போலிருந்தது. குளித்தேன். தண்ணீர்ப்பொழிவில் என்னையுமறியாமல் விசில் அடித்தேன். நெஞ்சுக்குள் ஒன்றுமே இல்லை என்பது போல் லகுவாகி இருந்தேன். எனக்குப்பிறகு சாவித்திரி போனாள். போகும் முன்பு பத்திரமாக புடவையை அவிழ்த்துப் பாங்காக மடித்துவைத்தாள். இந்தாள் சாவித்திரியின் மாரைப் பார்த்தார். “ஹலோ ?”... நான் நிஜமாகவே முறைத்தேன். “சாரிப்பா” என்றார் பொய்யாக. உடனே, இவள் சித்ராவின் துப்பட்டாவை எடுத்து மாருக்குப் போர்த்திக்கொண்டாள். சாவித்திரி குளித்துவிட்டு வருவதற்குள் அவர் சித்ராவை கூப்பிட்டுக் கொண்டு “நாங்க எங்க வீட்டுக்கு போறம்பா” என்று சிரித்தபடி கிளம்ப ஆயத்தமாக சித்ரா, அவருடைய சிகரெட் பாக்கெட், மீதமிருந்த பியர் பாட்டில், பர்ஸ் என்று எல்லவற்றையும் பொறுப்பாக, பொறுமையாக எடுத்துக் கொண்டுபோய் அறை எண் 10இல் வைத்துவிட்டு வந்து, சாப்பிடும்போதும், விளையாட்டின் போதும் கலைந்திருந்தவைகளை ஒழுங்கு செய்தாள். கண்ணாடியைப் பார்த்து முகத்தை, உடையைத் திருத்திக் கொண்டாள். நான் முகத்தைத் தாழ்த்திக் கொண்டேன். ‘இவளைக் கூட்டிக் கொண்டு கிளம்ப மாட்டேன் என்கிறாயே ?’ என்பது போல இவரைப் பார்த்தேன். அவருக்குப் புரியவில்லை. குளியலறைக் கதவு திறந்து சாவித்திரி வெளியே வந்தாள். தம்பதிகள் விடைபெற்றுக் கொள்ளும் விதமாக “சரி நேமு எல்லோஸ்தாமு” அவர் எதோ சொல்ல வரும்முன்பு சாவித்திரி அவர் காலில் விழுந்து தொட்டு வணங்கி வெடித்து அழுதாள். என் நெஞ்சு ஒரு கணம் நடுங்கியது. யாருமே எதிர்பார்க்கவில்லை. தண்ணீர்ப்பொழிவில் எனக்கு விசில் வந்தது போல, சாவித்திரிக்கு அழுகை வந்துவிட்டதோ ? சித்ரா சாவு வீட்டுக்காரியைக் கட்டிக் கொள்வதுபோல சாவித்திரியைக் கட்டிக் கொண்டு அழுதபடியே அவளுக்கு முத்தங்களாகப் பொழிந்தாள். ஊடாக சிரிப்பும். எனக்கு இப்போது சித்ரா பேரழகியாகத் தெரிந்தாள். சிரிப்பும் அழுகையும் சங்கமிக்கிற முகம் இவ்வளவு அற்புதமானதா ? சித்ரா எழுந்து அந்த ஆளுக்கும், எனக்கும் அதே அளவு வேகம் மாறாமல் முத்தங்கள் கொடுத்தாள். கன்னத்திலும் கழுத்திலும் தொடாச்சியாக மலர்ந்து கொண்டே இருந்த அவற்றில் காமம் இல்லை. அதற்கு வேறென்ன பெயரிடுவதென்றும் எனக்குத் தெரியவில்லை. அந்த ஆள் கட்டடம் இடிந்து விழுவது போல் கட்டிலில் அமர்ந்தார். அவர் கண்களைப் பார்க்க முடியவில்லை. ரத்தச் சிவப்பு. சட்டைப்பையிலிருந்து சிகரெட் பாக்கெட்டை எடுத்துத் திறந்தார். அதில் சிகரெட்டுகள் இல்லை. ஓங்கித்தரையில்

அடித்தார். அப்போதே கேவல் போல எழுந்த அவரது சத்தத்திற்கு "யாலண்ணா... ஏமயிந்தி அண்ணா" என்று இரண்டு பேரும் அலறி அவரது கால்களுக்கடியில் அமர்ந்தார்கள். சித்ரா ஏதோ தோன்றியவளாக எழுந்து ஓடி உடனே திரும்பி வந்தாள் அவள் கையில் சிகரெட் பாக்கெட்டும், தீப்பெட்டியும். அவளே உருவி உதட்டில் பொருத்தி பற்றவைத்தாள். நெஞ்சைத் தடவி விட்டாள். இவர் அவளை, அவரது கண்களைத் துடைக்க விடாமல் தடுத்து அவற்றை என்னை நோக்கித் திருப்பினார். திராணியின்றித் தவித்தேன். சிவப்பும் மஞ்சளுமாய் இருந்த விழிகளில் தளும்பத் தளும்பக் கண்ணீர் காத்திருந்ததுபோல இறங்கி ஓட, என் கண்களை ஊடுருவிப் பார்த்தபடி, சிகரெட் புகையப் புகைய, நாடக பாணியில், சுத்தச்செந்தமிழில்,

"இவளை நான் தேர்ந்தெடுத்தபோது... அவ்வளவு ஒன்றும் அழகியில்லையே... என்று நீ நினைத்திருக்கலாம்... இல்லையா?...

தம்பி!... அணில்களுக்கு மட்டுமல்ல காக்கைகளுக்கும் பசிக்கும்"

என்று சொன்னார். அன்றிலிருந்துதான் நான் இந்த ஆளை 'சாமி' என்று கூப்பிட ஆரம்பித்தேன்.

பித்தளை நாகம்

இவனுக்கு இப்போது பஞ்சாலையின் இருதயமான 'கார்டிங்' பிரிவின் இயந்திரப் பராமரிப்புத்துறையில் பணி. துறையில் மொத்தம் இரண்டு குழுக்கள். இயந்திரத்தை அக்கு அக்காக கழட்டி மாட்டுபவரை பொருத்துநர் எனலாமா? அல்லது கழட்டி?. பெருசுகள் கூட

"ஆமா இவுரு பெரிய கழ்ட்டி, போடா மூடூட்டு' என்பார்கள்.

இந்தப் பிரிவின் 'கழட்டி' வின்சென்ட். கழட்டிக்கொரு 'எடுபிடி' ஜெயக்குமார். எடுபிடிக்கொரு 'அள்ளக்கை' குமரவேல் ஆக மூவர் உள்ளிட்ட 'பழுது பார்க்கும் குழு'. இரண்டாவது குழு 'சுத்தக்குழு'. இந்தக் குழுவினர் ஓடிக்கொண்டிருக்கிற இயந்திரங்களை முறை வைத்து வாரம் ஒருமுறை நிறுத்த வேண்டும், பின்பு அவற்றின் உடைகளைக் களைந்து, 'கம்ப்ரசர்' கொண்டு காற்றில் குளிப்பாட்டவும், இண்டு இடுக்குகளில் சேர்ந்த பஞ்சடைகளை, பஞ்சும் தூசுமான அழுக்குத்திரிகளை நீக்கித் துடைக்கவும் வேண்டும். பற்சக்கரங்களின் பல்லிடுக்குகளில் கெட்டித்து இறுகிப்போன உயவு நெய்க்கட்டிகள், ஓடியோடித் தேய்ந்து உதிர்ந்த உலோகத்துகள்கள், வழுவ்ட பிசிறுகள போன்றவை களைக் கவனமாக கிளறி எடுத்து துடைத்துவிட்டு, புதிய உயவுக்களிம்பை அதற்கான பிரத்யேகதுப்பாக்கி வாயிலாக வார்க்க வேண்டும். சின்னச்சின்ன உதிரிகள், சக்கரங்கள் தண்டமாகியிருந்தால் அவற்றை மாற்றவும் வேண்டும். இவன் தலைமையிலான இந்தக்

குழுவில் மொத்தம் ஐந்து பேர். இரண்டு பொடியன்கள், இரண்டு பெருசுகள். பெருசுகள் இரண்டும் சுவாரஸியக் கேந்திரங்கள். அதிலும் அந்த வெள்ளிங்கிரியண்ணன் என்கிற அக்கிரமக்காரக் கிழவனின் பேச்சு இருக்கிறதே? பையன்கள் கிழவனின் பேச்சுக்குப் போதையாகித் திரிந்தார்கள்.

❍ ❍ ❍

காலை ஏழு மணி ஷிஃப்ட்டிற்கு வீட்டிலிருந்து ஆறரைக்குச் சைக்கிளை எடுத்திருக்க வேண்டும். ஆறரைக்குச் சைக்கிளை எடுக்க வேண்டுமென்றால் ஆறே காலுக்குச் சாப்பிட்டிருக்க வேண்டும். ஆறே காலுக்குச் சாப்பிட வேண்டுமென்றால் ஆறுமணிக்குக் குளித்திருக்க வேண்டும். ஆறு மணிக்குக் குளிக்க வேண்டுமென்றால் ஐந்தரைமணிக்கு எழுந்திருக்க வேண்டும். இவனுக்கு ஐந்தைரைமணிக்கு எழுவதில் சிரமம் எதுவுமில்லை. இதற்கு முன்னால் பார்த்த வேலைக்கு அதிகாலை மூன்றரைக்கு எழ வேண்டும். செய்தித்தாள் போடும் வேலை. கேரளத்திலிருந்து போத்தனூருக்கு நாலு அல்லது நாலே காலுக்கு வரும் ரயிலில் இருந்து 'மாத்ரு பூமி' பொட்டலத்தை எடுத்துக்கொண்டு நிலையத்தின் வாசலுக்கு வந்தால் பெட்டிகடைக்காரர் ஏற்கனவே பிரித்து வைத்திருக்கும் தினமணியையும் இந்தியன் எக்ஸ்பிரஸை யும் கொடுப்பார். அவைகளையும் வாங்கிக் கொண்டு வந்து ஏதாவது ஒரு கடைவாசலில் உட்கார்ந்து கூடுதல் பக்கங்கள், துண்டுப்பிரசுரங்கள், இணைப்புகளைச் சேர்த்து, எண்ணி, உதிரப்பிடித்து தரையோடொரு தட்டு, பக்கவாட்டிலொரு தட்டு தட்டிச் சேர்த்து, சைக்கிளில் கட்டிக் கொள்ளவேண்டும். சைக்கிளை ஓட்டிய படியே கையை நீட்டி உருவினால், தாள் கிழியாமல் வர வேண்டும். ரங்கசாமியண்ணனெல்லாம் மழைக்காகிதத்தையும் சேர்த்து கட்டியிருப்பார். மழை வந்தாலும் நனையாது. உருவினாலும் புதுப்பணம் மாதிரி மணக்க மணக்க வரும். எந்த வீட்டுக்கு தினமணி எந்த வீட்டுக்கு இந்தியன் எக்ஸ்பிரஸ் என்று நினைவு வைத்து போட வேண்டும். ஆங்கிலப் பள்ளிக்குப் போகிற பையனின் சீருடையைப்பார்த்து இந்தியன் எக்ஸ்பிரஸைப் போட்டுவிட்டு அடுத்த நாள் அந்தப் பையனின் தாத்தனிடம் இவன் வாங்கிக் கட்டிக்கொண்ட வசவு இருக்கிறதே? எந்த வீட்டுக்கு உள்ளே போட வேண்டும், எந்தெந்த வீடுகளில் கதவில் செருக வேண்டும், எல்லாவற்றையும் நினைவு வைத்திருக்க வேண்டும். மழை வந்தால் போச்சு, நனைந்த தாளில் செய்திகளை எப்படிப் படிக்க முடியுமென்று கேட்டு காசு தராமல் தவிர்ப்பார்கள். அப்புறம் நாய்கள் தொல்லை. பழகும் வரைதான். அப்புறம் வாலாட்டும். நல்ல வேலைதான். சின்னச் சின்ன பிரச்சினைகளும் இருக்கத்தான் செய்யும். ஆனால் இவனது

அம்மாவைப் பொருத்தவரை உலகத்திலேயே கௌரவமான தொழில் என்றால் அது பஞ்சாலையில் பணிபுரிவதுதான். மோகண்ணன்,

'எங்க மில்லுல ஆளெடுக்குறாங்க' என்றதும்

'எப்புடியாவது இவனை அங்க சேத்து விட்ரு மோகா' என்று சொன்னதோடு மட்டுமல்லாது

'கூடவே போ'என்று அனுப்பியும் விட்டது.

❍ ❍ ❍

சேர்ந்த புதிதில் 11மணிக்கு மதியச்சாப்பாட்டு நேரத்தில் வெள்ளிங்கிரியண்ணன். 'ஏனப்பா, உன்ற சோத்து மூட்டை எங்கியப்பா? எடுத்தா போ' என்றார். அவருடைய ஐந்தடுக்குகளைப் பிரித்தவாறு. இவன் வாரச்சீட்டு வசூல் செய்பவர் வைத்திருப்பது போன்ற கிச்சுப்பைக்குள்ளிருந்து சின்ன டிபன் பாக்ஸை எடுக்கவும், சிரித்தார்.

'தம்பி வூட்ல என்ன இருந்தாலுஞ்செரி பழைய சோறும் பச்சமொளகாயானாலுமு அடுக்குல கொண்ட்டு வரணும் தெரியிமா?'

இவன் பதிலொன்றும் சொல்லாமல் சாப்பிட ஆயத்தமானான். வெள்ளை உப்புமா. அங்கங்கே கடுகு தெரிய அழகாயிருந்தது. அதைப்பார்த்ததும் கோபித்துக்கொண்டார்.

'அடே... ஆர்ராவன் திருவாத்தானாட்டாம்'

'தம்பீ, மில்லுக்கு வேலைக்கு சேந்தாச்சுன்னா, பஞ்ச நாம திங்கற மாரியிருக்கணும். பஞ்சு நம்பள தின்னுறக் கூடாது புரியிதா?'

ஒரு கிண்ணத்துச் சாப்பாட்டில் குழம்பை ஊற்றி இவன் பக்கமாகத் தள்ளி,

'ரெண்டையும் தின்னோணும் செரியா?' ஏறக்குறைய மிரட்டினார்.

சரிதான். நூத்துக்கு நூறு சரி. 'மில்லுக்காரன் சாப்பிடற மாதிரி' என்றொரு வழக்குண்டு. அப்படி சாப்பிட்டால்தான் மாடு மாதிரி பாடுபட முடியும். படுத்த அடுத்த நிமிடத்தில் தூங்கிப் போவதும் இந்த உழைப்பு தரும் வரம்தான். அசதியென்றால் மெஷினை இறக்கி மாட்டுகிற வாரத்தில் வரும் அசதி போலிருக்க வேண்டும். தோளும் நெஞ்சுப்பட்டையும் கெண்டைக்காலும் விரல்களும் தினவுக்குத்தகுந்த வேலை செய்து விடைத்திருக்க

குளிர்ந்த நீரில் குளித்துவிட்டு வந்தால் அம்மாவோ அக்காளோ புதுப்பெண்டாட்டியோ துண்டை எடுத்துத்தர, முழுவதும் ஈரம் உலராத உடலோடு ஆவி பறக்கும் சோற்றில் கையை வைப்பதொரு சுகமென்றால், வெய்யிலில் சுக்காய் காய்ந்த பனியனும் வேட்டியும் தரும் மிதவெப்பத்தோடு குளிர்ந்த வெறுந்தரையில் தலையணையை இட்டு படுப்பதொரு சுகம். அப்போதுதான் அவள் கேட்டாள். இவன்தான் தொடங்கினான்.

'ஏதாச்சும் கேளு புள்ள வாங்கித்தரேன்'

'ஒண்ணுவ்வேண்டா'

'அட கிறுக்கீ கேள்றீன்றன்?'

'ம்ம் வேண்டான்னா சும்மாயிரேன் '

'ஓ ரொம்பத்தான் பண்ணுவா'

'அய்யே ஆமா பண்றாங்க அஞ்சாறு'

'பின்னென்ன ப்ச் ஏய் கம்மல் குத்துதுடீ'

'அய்யிய்யோ வலிக்கிதா ம்ம் செரி நா ஒண்ணு கேப்பேன் மாட்டேங்காம கொண்டாரணும்'

'ஏய் சொல்றீ'

'நீயி மில்லுக்குள்ளாற பாம்பு புடிப்பியா?'

○ ○ ○

சின்னப் பையனாய் இருக்கும்போது விளையாட பொம்மைகள் கிடையாது. அப்புறம் எப்படி விளையாடுவது? பூச்சி, புழு, கோழி, ஆடு, அணில், ஓணான், குருவி இவைகளோடுதான். அணில், ஓணான், குருவியெல்லாம் கைக்கு எப்படிச் சிக்கும்? வேடிக்கை பார்க்கத்தான் முடியும். கட்டி வைத்திருக்கும் ஆட்டை தொட்டுப் பார்க்கலாம். அடித்துக்கூட பார்க்கலாம். அது குதிரை மாதிரி முன்னங்கால் இரண்டையும் தூக்கி முட்டினால் கீழே விழுந்து அலறலாம். தொரத்தொரவென ஊற்றும் மூத்திரத்தில் கையை நனைத்துச் சிரிக்கலாம். புழுக்கைகளைச் சேகரித்து விளையாடலாம். யாரும் பார்க்கவில்லையென்றால் தின்று பார்த்து உதை வாங்கலாம். யாராவது சேவக்கோழியைப் பிடித்துக் கொண்டுவந்து காட்டினால் அதன் சொரசொரப்பான செங்கொண்டையைப் பிடித்துத் திருகலாம். நெஞ்சில் சேகரித்து வைத்திருக்கும் தானியப்பொதியை அழுத்தி 'அரிசீ' என்று கண்ணை விரித்துக் கத்தலாம். அவ்வளவுதான். மேயும் போது பிடிக்கப் போனால். பொக் பொக்கென்று கத்திக்கொண்டே கொத்த வரும்.

அதனால் பூச்சிகள்தான். பூச்சிகள்தான் பொம்மைகளைவிடவும் சுவாரஸ்யம். சாவி கொடுக்காமலே சுருளும் ரயில்பூச்சி! கருப்பும் மஞ்சளுமான ரயில்பூச்சி தொட்டால் சுருளுவதும் கொஞ்ச நேரம் கழித்து விரிந்து ஊர்வதும் எவ்வளவு ஆச்சரியம்? சாகும் வரையிலும் சாதுவாகவே இருக்கும் பிள்ளைப்பூச்சி; தொட்டால் தீக்குச்சியை உரசினாற் போல் துளி நெருப்பை சிந்தும் தீப்பூச்சி; கருவண்டு; சிவப்புத்தலை பொன்வண்டு; பச்சைப் பொன்வண்ணச் சிறுவண்டு; சிவப்பில் கருப்பு பொட்டுள்ள வண்டு; மயில் நிறத்துக் குளவி; சிவப்புத்தலையும் கோடுபோட்ட இறக்கைகளுமான பெரிய ஈ; மஞ்சள் பட்டாம் பூச்சி; ராணி பட்டாம்பூச்சி; மணல் பட்டாம் பூச்சி; உலர்ந்த இலை நிறத்திலும்; தளிர்ப்பச்சையிலும் தயிர் கடையும் முக்கோணத்தலைப்பூச்சி; தும்பி; வெட்டுக்கிளி; சிறு பாம்பு... சிறு பாம்போடு விளையாடினால் உடம்பெல்லாம் வரிவரியாய் தடித்துவிடும். அப்புறம் 'பொட்டப்புள்ள' மூத்திரத்தில் அடுப்புச்சாம்பலைக் கரைத்து அம்மணமாய் நிற்க வைத்து பூசி விடுவார்கள். மறுநாள் சரியாகிவிடும். பாதிப்பு அவள்களுக் கென்றால் நம்முடைய மூத்திரம் கொட்டாங்குச்சியில் குறி பார்த்து அடிக்கும்போது கூச்சமும் மகிழ்ச்சியுமான கலவையால் சிரிப்பு வந்துவிடும்.

○ ○ ○

கொஞ்ச நாளில் இவனாக ஒரு விளையாட்டைக் கண்டுபிடித்தான். தென்னங்குச்சி சீமாரை மயில் தோகையை விரித்தாற்போல் வைத்துக்கொண்டு. இனிப்பு சிதறிய இடங்களில் மொய்க்கும் ஈக்களை மெதுவாகத் தட்டுவது. அவைகள் இறக்கைகள் கிழிந்து பறக்க முடியாமல் எழும். விழும். அட்டையில் அள்ளிக் கொண்டுபோய் எறும்பூரும் இடங்களில் போட்டுவிட்டு. 'இவர் களைப் பாதாளச்சிறையில் அடையுங்கள்!' என்று கொக்கரிப்பான். 'உத்தரவு அரசே' என்று எறும்புகள் ஆளுக்கொருபக்கம் இழுக்கும்; ஈக்கள் துடிக்கும், இவன் அதை ஆர்வமாய்ப் பார்ப்பான். மண்புழுக்களைத் தோண்டி வெயிலில் போடுவது. கட்டெறும்பின் தலையை மட்டும் நறுக்கி எடுத்து கம்பளிப்புழுவின் முதுகைக் கவ்வ விடுவது. ஓணானின் வயிற்றைக் கிழித்து முட்டைகளை எண்ணிப்பார்ப்பது போன்ற ஆய்வுகளும் நடைபெற்ற வண்ணமிருக்கும். அன்றைக்கு சீமைக்கருவேல மரத்திலிருந்து மாட்டுக்கொம்புப் பூச்சிகளைப் பிடித்து வந்து திண்ணையின் வழுவழுப்பான தரையில் தலை கீழாய் நிறுத்தி சுழல விட்டுப் பார்த்துக்கொண்டிருந்தபோது வாசலில் வந்து நின்ற பெண்ணைப் பார்த்தான். தோளில் தொட்டில் மாதிரியொரு மூட்டை. அவள் கையிலிருந்த தட்டில் படமெடுத்த நிலையில் ஒரு பாம்பு. ஆர்வம் பொங்க ஓடிப்போய்ப் பார்த்தான். சந்தன குங்குமப் பொட்டோடு

பளபளத்து மின்னிய பித்தளை நாகம். அழகோஅழகு. அப்படியே ஊறி கீழிறங்கி இவனது கையில் ஏறிக் கொள்ளாதா என்று ஏக்கமாக இருந்தது. ஆனால் அரளிப்பூவையும், துளசியையும், விளக்கையும் தாண்டி அது நகரவேயில்லை.

'யம்மா... தாயீ... வாழத்தோட்டய்யங்கோயிலுக்கு காணிக்க போடம்மா மகராசி'

அம்ம குருணையரிசியைக் கொண்டுவந்து அவள் தோளிலிருந்த தொட்டில் பையில் கொட்டும்போது இவன் கையை நீட்டி நாகத்தைத் தொட்டுப் பார்த்தான். வெய்யிலிலும் சில்லென்றிருந்தது. இவனுடல் அனிச்சையாக சிலிர்ப்பில் உதறிக் கொண்டது.

❍ ❍ ❍

இவனது பள்ளிக்கொருமுறை 'பாம்புமன்னன்' பார்த்தசாரதி வந்தார். அத்தனை பேரையும் மைதானத்தில் அமரவைத்தார்கள். விதவிதமான பாம்புகளைக் காட்டி. 'சாரைப்பாம்புக்கும் தண்ணீர் பாம்புக்கும் விஷமில்லை'; 'பாம்புகளுக்கு காதுகள் கிடையாது'; 'அவைகளுக்குப் பழி வாங்கத் தெரியாது' என்றெல்லாம் விளக்கிக் கொண்டிருந்தவர் 'யாராவது ஒருத்தர் வாங்க' என்றபோது இவன் போனான். இவன் கழுத்தைச் சுற்றி மாலையாக ஒரு மலைப்பாம்பை அணிவித்தார். நல்ல பாரமாயிருந்தது. ஒருவித நெடியும். 'ஒண்ணு ... செய்யாது தைரியாமாப் புடி' என்றார். படபடவென பையன்கள் கைகளைத் தட்ட இவன் கண்ணும் நெஞ்சும் விரியச் சிரித்தான். பாம்பு, அம்மாவின் பைபிளில் கெட்டதாகவும் அப்பாவின் சாமிப்படங்களில் நல்லதாகவுமிருந்தது. முருகன் காலடியில் நின்று இல்லாத கைகளைக் குவித்து வணங்குகிறதே? ஆனால் இந்த மயில் ஏன் அதை மிதித்துக் கொண்டிருக்கிறது? யார் மேலாவது தெரியாமல் கால் பட்டாலே தொட்டுக் கும்பிட வேண்டுமென்கிறார்கள். முருகனும் சிரித்தபடி, அதைக் கண்டுகொள்ளாமலிருப்பது குழப்பமாய் இருக்கிறது. உண்மையில் பாம்பு என்னவாயிருக்கிறதென்று தெரிந்துகொள்ள ஆர்வமாயிருந்தான்.

❍ ❍ ❍

'சொல்லு... நீயி மில்லுக்குள்ளாற பாம்பு புடிப்பியா?'

'ஆரு சொன்னா?'

'தெரியி'

'ஹே... சொல்றீ ஆரு சொன்னா?'

‘அய்யோ … கத்தாத… அம்மாதா … சொல்லுச்சு … நீ கேட்றாத’

‘ஓஹோ’

‘அவன் ஸ்கூலுக்குப் போயிட்டு வர்றப்ப கொரவனாட்டம் அணிலு, நாய்க்குட்டீ, மைனா, பொரிக்குயிலுன்னு எதையாச்சும் புடிச்சுட்டு வந்துருவான். இப்பொ மில்லுக்குள்ள சும்மாருக்காம பாம்ப புடிக்கிறானாட்டந்தெரியிது பாப்பா, இனிமேலு … சின்னப்பையனாட்டம் அதையெல்லா … செய்யக் கூடாதுன்னு கட்டன்ரைட்டா சொல்லீரு சாமீ, ஒரு நேரம் மாரி ஒரு நேரமிருக்காதுன்னுச்சு’

‘அதுக்கென்ன இப்போ’

‘புடிச்சா கொண்டட்டு வரியா தொட்டுப் பாக்கணும்.’

‘வளத்தறியா’

‘அய்யெ ச்சீ’

‘அது என்னடி எல்லாப் பொம்பளைங்களும் ஒரே மாரி இருக்கீங்க? தொட்டு பாக்கோணும் ஆனா வளத்தறதுக்கு மனசில்ல.’

‘பயமா இருக்கு கொஞ்சூண்டு ஆசையாவும் இருக்கு ஆனா பிரியமெல்லாங்கெடையாது’

இந்தக் கொஞ்சூண்டு ஆசையில்தான் எல்லாமே துவங்குகிறது.

◑ ◑ ◑

சரக்கூர்தியிலிருந்து டன் கணக்கிலினான எடையோடிருக்கும இயந்திரத்தை செயின் பிளாக் உபயோகித்து இறக்கி ஆலையில் அதிகாரிகள் குறிப்பிடுகிற இடத்தில் சேர்க்கவேண்டும். காலை ஏழரை மணிக்கு எட்டுப்பத்து பையன்களை இவன் வசம் ஒப்படைத்து விட்டால் மதியம் சாப்பாட்டுக்குக் கைகழுவும் போது சொன்ன இடத்தில் இயந்திரம் உட்கார்ந்திருக்கும் என்பதால் மேற்பார்வை அலுவலர் ‘கங்காணி’ சம்பத்தும், பராமரிப்புத்துறை அதிகாரி ராஜ்குமாரும் இவனையே சிக்க வைப்பார்கள். இவனுக்கும் அது பிடித்திருந்தது. அவ்வளவு பெரிய எந்திரத்தின் மீது பத்துபேரின் புஜபலமும் நெம்புகோல்போட்டு ‘ஐலசா’ பாட அது ‘க்க்ர்ர்க்க்க்’ என்று அனத்தி ஓரங்குல தூரம் நகரும். நெம்புகோல் என்பது நீங்கள் நினைப்பதுபோல் கடப்பாரைகள் அல்ல. தடிச்சிகளின் கெண்டைக்கால் அளவு வண்ணமுள்ள இரும்புக் குழாய்கள். முந்தையவாரத்திலேயே பட்டறையில் ஆறுமுகம் சம்மட்டி கொண்டு பட்டை தட்டிய நுனியைக் கொண்ட ஆறடி நீளக்குழாய்கள். பையன்கள் பெரும்பாலும் உடையாம்பாளையத்து

கோதாப்பட்டிகளைச் சேர்ந்தவர்களாயிருப்பார்கள். நல்ல பீமராயன்கள் போலிக்கும் பையன்கள் அருகில் வந்து பேசும்போதுதான் சிறு வயதுடையவர்கள் என்பதே தெரியும்.

'நீங்க போத்தனூராண்ணா? அங்க ஒரு பாய் கடை இருக்காமா? நெறைய கறியும் எலும்புமா ருசியா இருக்கும்னு பசங்க சொல்வானுக ஒருநாள் வரணும்ணா' என்பான் மணி.

'வாடா... வந்து நல்லா மலைப்பாம்பு மாதிரி முழுங்கு' என்பான் இவன்.

இவர்களைத்தவிர சசி, செந்தில்பிரபு என்ற இருவர் எப்போதும் இவனுடனே இருப்பவர்கள். 'வைண்டிங்' பிரிவில் பாம்பு புகுந்துவிட்டதாக குணசேகரன் வந்து கூப்பிட்ட போது அதிர்ந்து இவனைப்பார்த்த சசியும் செந்திலும் ஒருவித பரபரப்போடு கூடவே வந்தார்கள். பெண்கள் மட்டும் வேலை செய்யும் பிரிவில் ராஜமரியாதையோடு போக யாருக்குக் கசக்கும்? பாம்பையும் பெண்களையும் பார்க்கும் ஆவல், குறுகுறுப்பு எல்லாம் சேர்ந்து சசிக்கு சிரிப்போ சிரிப்பு. அவன் சிரித்துச் சிரித்து பயத்தை மறைக்கிறான் என்பதாக செந்தில் கிண்டல் செய்தான். அங்கே பாம்புக்குப் பயந்து பெண்கள் கதவுக்கு வெளியே நிற்க, பெண்களுக்குப் பயந்து பாம்பு தண்ணீர் வெளியேறுவதற்காக பதித்திருந்த சிமெண்ட் குழாய்க்குள் பதுங்கிச் சுருண்டிருந்தது. கண்ணாடிவிரியன். பொன்னிறத்தில் சாம்பல் கலந்தது போன்ற பின்னணியில் கடுங்காப்பி வண்ணத்தில் நெளி நெளியான கோலங்களுடன் பாக்கியராஜின் மப்ளர் போலிருந்தது. அம்பு மாதிரியிருந்த தலையின் பக்கவாட்டில் குருமிளகை பாலீஷ் செய்து வைத்தது போலிரண்டு கண்கள்.

'பெட்ரோல் வேணும்' என்றான் இவன்.

கண்ணெடுக்காமல் 'சசி'யென்றார் கங்காணி.

'கம்புக்குச்சியொண்ணை எடுத்துட்டு வாடா தம்பீ'! என்று செந்திலையும் அனுப்பினான்.

குடுவையில் பெட்ரோலோடு வந்தான் சசி. பெண்கள் இவனைப் பரிகாரம் செய்கிற சாமியாரைப் பார்க்கிற மாதிரி பயபக்தியோடு பார்க்கிறார்கள். அதில் மையிட்ட பெரிய கண்களுடன் இருந்த ஒருத்தியும் இருந்ததைப் பார்த்தான்.

'எதுக்குடா இவ்வளவு?'

'வேணுங்கிறதை எடுத்துட்டு குடுண்ணா'

கலர் பென்சிலின் சுற்றளவில் இருந்த நீளமான ஏர் ஹோஸ் குழாயை எடுத்துச் செந்திலிடம் கொடுத்து பாம்பு சுருண்டிருந்த

சிமெண்ட் குழாயின் பின்பக்கமிருந்து நுழைக்கச்சொன்னான். அவன் விரியனின் உடம்பில் முட்டும்வரை குழாயின் முனையை செலுத்தி மறுமுனையைக் கொண்டுவந்தான். இப்போது விரியனை நேருக்கு நேர் பார்த்தபடி இவனும் பின்பக்கமாக செந்திலும். பெட்ரோல் குடுவையை வாங்கியபடி பெண்களிடம் சொல்வதாக மைக்காரியைப் பார்த்தபடி சொன்னான்

'பாம்பு வெளியே வேகமா வரும் சத்தம் போட்டு பசங்களை பயமுறுத்திடாதீங்க' வாயில் கொஞ்சமே கொஞ்சம் பெட்ரோலைக் கவிழ்த்துக்கொண்டு குடுவையை மூடி சசியிடம் கொடுத்துவிட்டுக் குழாயில் வாயை வைத்து வேகமாய் ஊதினான். பெட்ரோலுக்குப் பாம்பு நெருப்புக்கீடாக பயப்படும். பெட்ரோல் கலந்த காற்று அதன் மேல் படவும் எதிர்பார்த்தது போலவே விரியன் படுவேகமாய் குழாயிலிருந்து துள்ளி வெளியேறி இவன் பக்கமாய் வந்தது. எதிர்பார்த்தது போலவே பெண்கள் அலறினார்கள். எதிர்பாராத விதமாய் 'ஐயோ பார்த்து' என்றாள் மைக்காரி. 'ஆஹா' தலையை வாகாக பிடித்ததும் அழுத்தியிருந்த கம்பை எடுத்துவிட்டு விரியனோடு நடந்தான். பெண்கள், குரலிசைக் கலைஞர்கள் போல ஒரே சுரத்தில் 'ஆ' வென்றார்கள். இவனுக்கு மிதப்பாயிருந்தது.

'ணா எப்படிண்ணா இவ்ளோ தைரியமா புடிக்கிற? யார்ணா சொல்லிக்குடுத்தா?' விரியனை வெறித்த கண்களுடனே பேசுகிறான் சசி.

'அது ரொம்ப ஈஸிடா தலைய மட்டும் புடிச்சிட்டா போதும் ஏண்ணா?' என்ற செந்திலை

'எங்க நீ புடி, பாக்கலாம்... ணா, அவன்ட்ட குடுண்ணா' என்க செந்தில்,

'குடுண்ணா' என்றான் கையை நீட்டாமல்.

'பேசாம வாங்கடா' என்று அதட்டி நடக்க கூட்டம் கூடிவிட்டது.

வித்தை காட்டுகிறவன் பின்னால் பொடியன்கள் நடப்பது மாதிரி நடக்கிறார்கள்.

இவன் பிடியிலிருந்து விரியன் முடிந்தவரை உடலை முறுக்குகிறான். சில்லென்ற வழவழப்பான உடலால் அவன் யத்தனிப்பதில பயன் என்ன? ஆனாலும் இடைவிடாமல் முயற்சி செய்தபடியே இருக்கிறான். மில்லின் பின்பகுதிக்கு வந்ததும் சசியின் நண்பர்கள் கற்களையும் கம்புகளையும் எடுத்துக்கொள்ள,

கங்காணி சம்பத் 'சட்டுன்னு கொன்னுட்டு வாங்கய்யா ரெண்டு மெஷினு லத்தேடாயி நிக்குது' என்றார்.

சசியின் நண்பர்களைக்காட்டி 'சார் இவனுகளைக் கூப்பிடுங்க' என்றான் இவன்.

அவரும் 'சசி நீ புளோரும் போயிடு... டேய் செந்தில்! அந்த மெஷினை ஓட்டிவிடு' என்க,

செந்தில் இவனைப் பரிதாபமாய், பார்த்து 'ணா... சொல்ணா' என்றான்.

இவனோ இரக்கமின்றி 'போடா ... போயி மெஷினை ஓட்டிவிடு' என்றான்.

'ணா கொன்ன உடனே போயிறலாம்... நீ போயி கை கழுவு, நா போய் மெசின ஓட்டி விட்டுட்டு வரேன்.'

'இப்போ இதை கீழ விடுண்ணா ஓடவிட்டு அடிக்கலாம்' என்றவனை முறைத்து,

'போடான்னா' என்று துரத்தினான்.

கையிலிருந்த கல்லை செந்தில் வீசியெறிந்ததில் இவன் மேலிருந்த கோபம் தெரிந்தது.

❍ ❍ ❍

இப்போதெல்லாம் இவன் வ.உ.சி பூங்காவுக்குப் போவதில்லை. போகவும் பிடிக்கவில்லை. முன்பெல்லாம் அடிக்கடி போவான். போனால் மிருககாட்சி சாலையில் புறா, வாத்துக் கூண்டுகளைத் தாண்டி, வண்ணமயில், வெள்ளைமயில்களைக் கடந்தால் இடது புறம் வட்டமடித்துக் கொண்டே இருக்கும் குள்ளநரி, உள்ளே கிடக்கும் மாமிசத்துண்டு, அடுத்த கூண்டில் வெள்ளெலிகள், அதற்கடுத்ததில் பச்சைக்கிளிகள், ஆப்பிரிக்கக் காதல் கிளிகள் அப்புறம் ஆமைகள், முயல்கள் இவற்றையெல்லாம் தாண்டினால் கழுகுகளும், ஒட்டகங்களும் இருக்குமிடத்திற்கு முன்பாக கண்ணாடித்தடுப்புக்கு அந்தப்பக்கம் ஏராளமான சாரைகள், நாகங்கள், மலைப்பாம்புகூட இருக்கிறது. கண்ணாடிவிரியன்கள் பெருங்குடும்பமாய் பின்னிக்கொண்டு சுருண்டபடியும் ஊர்ந்தபடியுமிருக்க இவன் அவற்றை வெறித்துப் பார்ப்பான். விரியனை இவனுக்கும் இவனை விரியனுக்கும் அடையாளம் கண்டுகொள்ளத் தெரியவில்லை.

❍ ❍ ❍

'அட என்ன யோசனை?' புடிச்சுட்டு வந்து காட்டுவியா?

'ம்ம் கொண்டாரென்'

'என்னத்த கொண்டு வருவ? நாகத்தை கொண்டாருவியா'

‘நாகமா?’

‘என்ன மாமா யோசிக்கிற?’

‘...’

‘அட என்ன?’

‘ப்ச் ஒண்ணுமில்ல’

❍ ❍ ❍

பஞ்சாலையில் தொழிலாளர்களின் கழிவறை புதிதாகப் பார்ப்பவர்களைக் குழப்பும். வரிசையாக இருக்கும் பத்துப்பதினைந்து கழிவறைகளில் முன்னால் உள்ள நான்கைந்து கழிவறைகள் மட்டும் உபயோகத்துக்கு! மற்ற கோப்பைகளில் மணலை நிறைத்து அடைத்திருப்பார்கள். புதுக்கருக்கு மாறாதிருக்கும் அவை ஓய்வறைகளாகவும் பயன்படும். அங்குதான் எந்நாளும் தீராத பெண்ணுடல் குறித்த சந்தேகங்கள், (வயித்துக்குள்ளாற இன்னொரு வயிறு இருக்குந்தெரீமா?) திரையுலகம், அரசியல் பற்றிய விவாதங்கள், மேஸ்திரிகள், அதிகாரிகளின் மண்டையைப் பிளப்பது குறித்த ஆலோசனைகள் உள்ளிட்டவை இடம்பெறும்.

அன்றைக்கு அங்கே தூக்கில் தொங்கிக் கொண்டிருந்த சில்க்ஸ்மிதாவின் உடலை ‘பட்டறைக்கார’ ஆறுமுகமும் ‘கெண்டை வண்டி’ சுப்பிரமணியும் சேர்ந்து இறக்கி வைத்தார்கள். கழிவறைக்குப் பின்புறமிருந்து நாய் குரைக்கும் சப்தம் கேட்டது. எலெக்ட்ரீஷியன் சுந்தரம், பனியென்றும் பாராமல் சத்தியராஜ் திராட்சைக் கொத்தோடு ஃபோட்டோ பிடிக்க வந்திருப்பதைச் சொன்னதும் சட்டென சிலுக்கு உயிர்த்து போஸ் கொடுக்கத்துவங்க ‘சிம்ப்ளக்ஸ்’ செல்வம், ராணுவச்சிப்பாய் சீருடையோடு பிரபு ஊருக்குள் வந்துகொண்டிருப்பதைச் சொன்னதும், ‘அந்தப்புள்ள’ அரைநொடியில் அரைப்பாவாடைக்கு மாறி கொட்டாங்குச்சி வயலினை வாசிக்கத் துவங்கியது. ‘தம்பி ராமகிருஷ்ணா’ என்று கக்கூஸிலிருந்து யாரோ முக்கலோடு சத்தம் கொடுத்தார்கள். கூளயனாகத்தான் இருக்கும்! அவனுக்கு ஏத்தம் ஜாஸ்தி! இரண்டு மூன்று நாய்கள் தொடர்ந்து குரைக்கவே சலித்துக்கொண்ட மாதேஸ்வரன் மூத்திரக் கோப்பையில் கால் வைத்து சூரிய வெளிச்சத்துக்கான சாளரத்து வழியே வெளியே பார்த்துவிட்டு,

‘ஒண்ணுமில்ல நாயிக சண்டை போடுது’

என்று சொல்லிவிட்டுக் கீழிறங்கி ஸ்மிதாவின் தாவணியை எட்டிப் பிடிக்கப் பார்த்தான். பொடியன் சசிதான் எட்டிப்பார்த்துவிட்டு ‘அய்யோ!... ணா, இங்க வந்து பாரு!... எவ்ளோ பெரிய நாகன்!’ என்றான்.

'நாகமா எங்க?''

இவன் தவ்வி ஏறிப் பார்த்தபோது இடைவிடாது குலைத்த படியிருந்த நாய்கள் மட்டும் தெரிந்தன. சசியை தள்ளியிருக்கச் சொல்லி அங்கிருந்து பார்த்தால் தலை மட்டும் தெரிந்தது. கருத்த கோதுமைப் பழுப்பில் பாதாணி இலையளவு படத்தை விரித்து சீறீக்கொண்டிருந்தது. உறுமியுறுமி குலைக்கும் இந்த ஆறேழு நாய்களும் வீட்டு நாய்களுமல்ல, தெரு நாய்களுமல்ல. காட்டு நாய்கள்! ஆலையையொட்டி இருக்கும் காடு மாதிரியான பகுதியில் பிறந்து வளர்ந்த நாய்கள். குப்பை நிறத்திலும் கருப்பு, செம்மண், மற்றும் கலந்த நிறத்திலுமிருந்தன. அவை வெறியோடு குரைத்தபடியே இருக்க நாகம் சுவரோடு ஒண்டிக் கொள்வது குறித்து இவனுக்குச் சந்தேகமாக இருந்தது. சசியும் அவனோடு சிலரும் கற்களையள்ளிக் கொண்டதைப் பார்த்ததும் இவனுக்கு கோபம் வந்தது.

'டேய்... கல்லக் கீழ போட்றா' என்றான்.

சசி 'ணா உயிரோட புடிக்கிறியாண்ணா? இது பெருசுண்ணா' என்று சொல்லிவிட்டு,

'ஹோய் ஓடுங்கடா' என்றபடி கையிலிருந்த பிரம்பை நாய்கள் மீது வீசினான். அவை கொஞ்சம் விலகி நின்று மீண்டும் குரைத்தன. இவன் கழிவறையின் பின் பக்கம் வந்து ஆமணக்குச்செடியின் நட்சத்திர இலைகளைக் கிளையோடு வளைத்துப் பார்த்த கணத்தில் 'திக்'கென்றது.

'இல்லேங்காம ஏழடி இருக்கும்'

வால் நுனியைத் தேடினான். இருதயம் கோம்பர் மெஷினைப் போல 'திப்புடுதக் திப்புடுதக்' என்று சத்தமிட்டது. இந்தச்சத்தம் 'கோதுமை'க்குத் தெரிந்துவிடப் போகிற தென்று மறைப்பதைப்போல சட்டைக் காலரை மூடிவிட்டுக் கொண்டான். கோதுமை வாயைத்திறந்து மூடியது. இதென்ன 'ஒருநொடிக்கொட்டாவி'யா? அல்லது கத்துகிறதா? வெயில் பட்டு இலையின் நரம்புகள் தெரிவது மாதிரி வெயில் அதன் படத்தை ஊடுருவ ரத்தச்செம்மைக்கு நடுவில் கருங்குழாய் வரிவரியாய் கழுத்தோடு ஓடி தலைக்குச் சேர்ந்திருந்தது. தசை முறுக்குள்ள நல்ல வலுவான பாம்பு. உடலெங்கும் சாய் சதுர, அறுகோண, இணைகரக் கண்ணாடிகள் வளைந்திருந்த இடத்திலெல்லாம் மின்னின. விரிந்தபடத்தின் மத்தியில் வெள்ளையும் கருப்புமாய் அந்த சின்னம். ரொம்பச் சின்னதான ஒரு வாளியின் கைப்பிடிக் கம்பியைக் கழட்டித் தலைகீழாய் நெஞ்சில் பதித்துக்கொண்டது மாதிரி, ஆங்கில 'யூ' மாதிரி, மேனேஜர் மகேந்திரன் நெற்றி நாமம்

மாதிரி, அது என்ன சுழியத்திலிருந்து சுழியம் வரை? வாழ்க்கையின் தத்துவமா? ஒன்றுமில்லாமையிலிருந்து ஒன்றுமில்லாமைக்கு? அவைகளின் மொழியில் அதனதன் பெயரா? இல்லை கூட்டத்தின் பெயரா? ஜாதியோ? சிலதுக்கு ஒரேயொரு வட்டமிருக்கும். இவன் பார்த்திருக்கிறான். சத்தமின்றி முன்னேறி வந்த செவலை நாயை விரட்டியபோது நாகம் இவன் பக்கம் திரும்பியது. உடலுதற பயந்தான்! உண்மையில் பயந்தே போனான்! அந்தக் கண்கள்! இதுவரையில் அவன் பார்த்த மற்ற பாம்புகளுக்கெல்லாம் கருத்த கண்களாயிருக்கும். இதற்குப் பச்சையாயிருந்தது. பச்சையில்லை ஒருவிதமான பச்சை. நீலப்பச்சை?, இல்லை சமுத்திரப்பச்சை? ம்ஹீம். இது வெளுத்த பச்சை! ஆமாம்! மொச்சைப்பயிரைப் பதித்தாற்போல் வெளிர்ப்பச்சை! நிர்மலக் கண்கள். ஒரு வேளை குருடோ? இருதயம் இப்போது 'திக்குரு திக்குரு'வுக்கு மாறி ஓடுகிறது. அதிருகிற தன் நெஞ்சைத் தானே ஓங்கி அறைந்தான். தைரியத்திற்கு இரண்டொரு வசவுகளைச் சிதற விட்டான். ரெண்டடி எடுத்து வைத்தான். இயந்திரத்திலிருந்து காற்றுக் குழாய் பிய்த்துக்கொண்டது போல் 'ஸ்ஸ்ஸ்ஸ்ஸ்க்'கென சீறிப் பின் வாங்கியது. இவனுக்கு ஒரு சந்தேகம்! நாய்களும் பக்கத்தில் இல்லை. நாலடி தூரத்தில்தான் நாமும் நிற்கிறோம்! இந்நேரம் நாகம் காணாமல் போயிருக்க வேண்டுமே? யாருக்கோ காத்திருப்பது போல் படமெடுத்தபடியே நிற்பானேன்? குழம்பியவனிடம் செந்தில் 'லேப்பு கம்பி'யைக் கொண்டு வந்து நீட்டினான். அது ரெண்டுவிரல் தடிமனில் ஐந்தடி நீளமுள்ள இரும்புப் பிரம்பு! ஒரு பக்கம் மட்டும் உள்ளங்கையகல இரும்பு வட்டோடு இணைக்கப்பட்டிருக்கும். விரல் நுனியில் வட்ட பிஸ்கெட்டை வைத்து விஷ்ணு சக்கரம் போல குழந்தைகள் காட்டுமே அது போல. அப்படியே அழுத்தினால் கம்பியின் எடைக்கும், வட்டத்தின் அகலத்துக்கும், இவனது வலுவுக்கும் மலைப்பாம்பேயானாலும் தலை நசுங்கிப் போகும்.

'அடிணா' என்றான் செந்தில் வழக்கம் போல.

'வயித்துப்புள்ளத்தாச்சிய வீட்டுல வெச்சுட்டு ஏதச்சும் பூச்சி கீச்சிய அடிச்சிறாத சாமீ'

நெஞ்சில் கைவைத்தபடி அம்மா சொன்ன வாக்கியம் நெஞ்சுக்குள் பாம்பாய் நெளிய தயக்கத்தை வெளியே காட்டிக கொள்ளாமல்,

'சசி குடிக்கத் தண்ணி கொண்டாடா' என்றான்.

சசியும் செந்திலும் சிரித்தபடி ஆளுக்கொரு பாட்டிலைக் காட்டினார்கள். ஒன்றில் தண்ணீர் மற்றொன்றில் பெட்ரோல்!

'தெரியிணா ... இப்புடி ஏதாவது சொல்லி எங்களை தொரத்துவேன்னு சொல்லிதான்' சூப்பாங்கிட்டயே பெசல் பர்மிட்டு வாங்ட்டு வன்ட்டன்... அடிணா... என்றான் செந்தில்.

○ ○ ○

'**ஏ**ய்... எந்திரிடி'

'என்ன...'

'எந்திரி'

என்ன மாமா தண்ணி வேணுமா...'

'ஷ்ஷ்ஷ்... கத்தாத...'

'அய்யோ என்ன சொல்லு'

'வெளிய வா'

'எதுக்கு'

'சத்தம் போடாம எந்திரிச்சு வாடி வெளிய'

'ஹூம்... என்னன்னு சொல்ல மாட்டியா?... சொல்லு'

'ஸ்ஸ்... வெளிய வான்னா'

கதவைத் திறக்கப் போனவளை எட்டிப் பிடித்து தடுத்தான்.

பின்கதவைக் காட்டி கிசுகிசுப்பாக 'இந்தப் பக்கம்... இந்தப்பக்கம்' என்றான்.

திறந்து வெளியே வந்ததும் 'சொல்லு...' என்றவளைத் தாண்டி சந்துக்குள் நடந்து சாலைக்குப் போய் நின்றான். இவள் தயங்கித் தயங்கிப் போய் சந்து நுனியின் ஒண்டிக் கொண்டு 'என்ன... சொல்லித் தொலை' என்றாள் கொட்டாவியோடு கலைந்த முடியோடு அழகாய் தெரிந்தாள். இவன் 'டட்டடயிங்' என்றபடி பனியனுக்குள் கையை விட்டான். அவள் 'பூவா?' என்றாள் சுவாரஸியம் குறைந்த் குரலில். 'இல்ல...' திரும்பி விளக்குக் கம்பத்தை நோக்கி நடந்தான். இவள் ரகஸியக் குரலிலேயே கத்தினாள்

'யோவ் நில்லுங்கறேன்'

'ப்ச் வாடி...'

'மணி எவ்வளோ தெரியிமா?...'

'தெரியும்... பன்னண்ட்ரை!'

‘என்ன கிறுக்கா புடிச்சிறுக்கு?... அம்மா பாத்தா திட்டும்...’

நீ சத்தம் போடாம வா என்பதைச் சைகையிலேயே சொன்னான்.

வந்தாள். கையிலிருந்த மழைக்காகிதப் பையைக் காட்டினான்.

‘ஹை! கருகு மணியா?’

முகம் முழுக்கச் சிரித்தாள். கையருகே நெருங்கியவளை மறு கையால் தடுத்துப் பையிருந்த கையை இவளுக்கு எதிர் திசையில் விலக்கினான். அவள் அப்போதுதான் பார்த்தாள் கருகுமணி நெளிவதை.

‘அய்யூ... மாமா... பாம்பா... அய்யயூ’

என்றாள் பயமும் ஆர்வமுமாக. தூக்கத்திலிருந்து எழுந்ததினாலா? இந்த மஞ்சள் வெளிச்சத்தினாலா? எதனால் இவ்வளவு அழகாயிருக்கிறாள்? அவளையே பார்த்துக்கொண்டிருந்தான்.

‘படமெடுக்க வை... படமெடுக்க வை’ என்றாள் சிறுமியாக.

‘இது விரியன்டி... கட்டுவிரியன்! அதுவும் குட்டி... படமெல்லாம் எடுக்காது’’

‘பரவால்லை... கீழ விடு’

‘விட்டா போயிரும்’

‘ம்ம்... போட்டும்... நீ விடு’

மழைக்காகிதத்தின் முடிச்சை அவிழ்த்தான்.

‘ஏது? எங்க கெடச்சது?’

‘மில்லுகுள்ளதான். மழை பேஞ்சது, கேன்ல தண்ணி விழுந்தா எழையெல்லாம் வீணாப் போகுமுன்னு தள்ளி வெச்சிட்டிருந்தேன்... கேனுக்கடில கெடந்தது... நானும் புள்ளங்க பாசிதானாக்குன்னு நெனச்சேன்... பாத்தா நெளியுது... அழகா இருக்குல்ல?’

கீழே விட்டான். கீழே விழுந்ததும் ஒரு நொடி தயங்கிப் பின் சுதாரித்து வேகமாய் ஊர்ந்தது விரியன் குட்டி. அடர் கருப்பில் அளவெடுத்த இடைவெளிகளில் வெள்ளை கோடுகள்! இளந்தோல் என்பதால் கூடுதல் மினுமினுப்பு! இவனுக்கு அவளது மஞ்சள் பூசிய மார்புகளுக்கிடையில் வைத்துப் பார்த்தால் இந்தக் கருப்பு எவ்வளவு எடுப்பாயிருக்கும் என்று ஒரு நினைப்பு.

‘அழக்க்க்கா இருக்குங்க’ என்றாள் மகிழ்ந்து.

விளக்கைத்தாண்டி வெளிச்சத்தைத் தாண்டி சாக்கடையோரம் போய் மறைந்தது.

'இப்ப சந்தோஷமா?'

'ம்ம்ம்... ரொம்ப்ப்ப' தலையை ஆட்டினாள்.

'செரி போய் படு'

'ம்ம்ம் நீயும் வா'

'நீ போ நா ஒரு தம்மடிச்சுட்டு வரேன். பனியனுக்குள் இருந்து சிகரெட்டை எடுத்து வாயில் வைத்துக்கொண்டு குந்தியமர்ந்து தொட்டியோரத்தில் ஒளித்து வைத்திருந்த தீப்பெட்டியை எடுத்தான்.

'நீ அடி நான் இங்கே இருக்கேன்'

'ப்ச் போன்னா போ'

பொய்யாக முனகிக்கொண்டே போனாள்.

பற்ற வைத்து ஆழமாக இழுத்து மெதுவாகப் புகையை விட்டான்.

o o o

என்னணா யோசிக்கிற என்றான் செந்தில்.

'நா வேணா இழுத்து போடட்டுமா' என்றான் சசி ஆர்வமாக.

'எங்க போடு? போட்ரா பாக்கலாம்...' என்று அவனைச் சீண்டினான் செந்தில். 'ணா நீ சொல்ணா' என்றான் சசி.

'இந்தப்பக்கம் இழுத்துப் போடு, அடிச்சிறாத' என்றான் இவன்.

சொன்னதுதான் தாமதம். சசி பரபரப்பாய் முன்னேறி கம்பியைக் கோதுமையின் தலைக்கு அருகில் கொண்டு போய் கீழிறக்கி சரேலென இழுத்துப் போட்டான். இழுத்தவனே 'அய்யோ' என்றலறவும் செய்தான்.

நிஜமாகவே ஏழடிதான். நீளத்தைப் பார்த்துதான் அலறியிருக்கிறான் என்று நினைத்தால் 'அண்ணா ரத்தம்! காயமாயிருக்கு' என்றான். நாகத்தின் வயிறு கிழிந்து குடல் குந்தாணியெல்லம் வெளியே சிதறியிருக்கிறது; மலமும் ரத்தமும் வழிய வாயைத்திறந்து மூடியது; நாய்கள் குதறி இருக்கின்றன; ரொம்ப நேரமாக இந்த போராட்டம் நடந்திருக்கிறது. உடல் முழுவதும் காயங்கள். 'சீ... பாவம் ணா' என்றான் செந்தில். சசி ஒன்றும் சொல்லாமல்

அமைதியாக நாகத்தையே வெறித்துப் பார்த்தான். தலையைத் தரைக்குக் கொண்டு போய் நெளிப்பதும் பின்பு உயர்த்துவதுமாக இருந்தது.

வேகம் இல்லை. தளர்வு தெரிந்தது.

'என்னடா பண்றிங்க?' என்று கேட்டவாறு சீனிப்புளியங் காயைப் பறித்தவாக்கில் வந்த வெள்ளிங்கிரியண்ணன் இவனைப் பார்த்து,

'மெசின ஓட்டி உடோணும் மூணு பேரையும் சம்பத்து வரச்சொன்னாப்ல' என்று சொல்லிவிட்டுத் திரும்பவும் இரண்டு காய்களைப் பறித்து இடுப்பு பைக்குள் வைத்துக்கொண்டார். திரும்பி இவனருகில் வந்து கீழே கிடந்த இதைப் பார்த்ததும்

'அடேய்!... என்னடா இது? இத்தப் பெருசா இருக்கு அடிச்சிட்டீங்களா'

'இல்லண்ணா, நாய்க கடிச்சு வெச்சுருக்கு' 'என்றான் சசி.'

'பெரிய ஜீவனப்பா' என்றார். சசி சம்பத்துக்குப் பயந்து இவனிடம்,

'ணா நான் முன்னாடி போறேன்... கைகழுவற எடத்துக்கு வந்துரு' என்று சொல்லிவிட்டு லேப்பு கம்பியைக் கையில் கொடுத்துவிட்டு நகர்ந்தான். செந்தில், 'ணா அடிச்சுருணா போலாம் நேரமாச்சு' என்றான்.'

இவனும் 'நட போலாம்' என்க வெள்ளிங்கிரியண்ணன் திரும்பிப் பார்த்து,

'ஏண்டா அடிக்கலயா?'

'ம்ஹீம்'

'அட ஏன்?'

'அதைப்போயி என்னனு அடிக்கறதுண்ணா?'

'விட்டியினா... அந்த நாயிக வந்து திரும்ப கொதறும். இல்லன்னா எறும்பு அரிச்சே கொன்னுரும். ஏற்கனவே வலி திங்குது. பாவமுடா... இந்த வேதனைக்கு அதைக் கொன்னுர்றதுதான் நல்லது'

'மனசு கேக்க மாட்டேங்குதுண்ணா.'

'வா' என்ற வெள்ளிங்கிரியண்ணன் நாகத்தினருகில் போய் வீரமண்டியிட்டமர்ந்து இரண்டொரு வினாடி மௌனமாகப் பார்த்தார்'.

'யப்பா... நாகராசா! உன்னிய வைத்தியம் பாத்து பொழைக்க வெக்க எங்களுக்குத் தெரியாது... பண்ணாலுமு காப்பாத்தறது கஷ்டஞ்சாமி! இப்பிடியே உட்டுட்டு போகவும் மனசு வல்ல' என்று சொன்ன கையோடு பாட்டிலைத் திறந்து பாம்பின் தலை மீது தண்ணீரைக் கொஞ்சமாக ஊற்றிவிட்டு எழுந்து இவனை தீர்க்கமாகப் பார்த்து, 'தலைய நீட்டிக் காட்டுணா அடி! ஒரே அடில கொன்னுரு, இல்லயின்னா... விட்டுட்டு வந்துரு'

சொல்லிவிட்டு நடந்தார். வெள்ளிங்கிரியண்ணனின் குரல் இதுவரை இவன் கேட்காத குரலாயிருந்தது.

'இந்தாளே நாகப்பாம்பு மாதிரிதான் இருக்காப்ல. கருவளையக் கண்ணு... மூக்கு மட்டும் விரிஞ்சு கூமாச்சியா, நடையே ஒரு மாரி பின்னிப் பின்னிதான் போறாப்ல.'

அவரையே பார்த்துக்கொண்டிருந்தவன் திரும்பிக் கீழே பார்த்தான். இவனுடல் அனிச்சையாக சிலிர்ப்பில் உதறிக் கொண்டது. நாகம் தன் படத்தைச் சுருக்காது விரித்தபடியே தலையைத் தரையோடு தாழ்த்தி இவன் காலடியில் வைத்தது.

❖

பேசாமடந்தை

ஊரடங்கியபின் சுருட்டைப் பற்றவைத்துக் கொள்வாள் தெரஸாக்கிழவி. குளிரடர்ந்த நாட்களின் அபூர்வக் காட்சி அது. மற்ற நேரங்களில் சுருக்குப்பை நிறைய வெற்றிலை பாக்கும், எச்சில் துப்பும் பித்தளைக் கோளாம்பியுமாகத் தெரிவாள். அலுமினிய டப்பியில் சுண்ணாம்பு. சிவந்து வருகையில் புகையிலையில் ஒரு கிள்ளு. புங்கை மரநிழலில் கிழவியும் கிழவியின் நிழலில் கோழிக்குஞ்சுகளும் திரிந்துகொண்டிருந்தது பழையகதை. இப்போது கூடவே ஒரு ஆடும் சேர்ந்து கொண்டதே. அது அந்தோணி. கிழவி படுகிற பாட்டை, பார்த்துப் பொறுக்காமல் பாதிரியார் இந்தக் குட்டியை வாங்கிக் கொடுத்தார். தின்று தீர்க்கிற தானங்களை விடவும் 'வெச்சுப்பொழைக்க' உதவுகிற தானங்கள் மேலானவை. தெரஸாக்கிழவிக்கு இந்த ஒத்தாசை பெரிய பலம். உயிரோடு கூடவே உலவுகிற ஒரு ஆள். அந்தோணியின் கழுத்தில் தொங்கும் ஜெபமாலை போலவே நெல்லி மரத்தின் அடித்தண்டில் அந்தோணி அசை போடுவதற்கு குலை தொங்கும். பெட்டையின் கூடுதல் மேவுக்கு பெட்டிக்கடைகளில் அட்டைப்பெட்டி வைத்து அதில் சேகரமாகும் வாழைப்பழத்தோல்களைச் சுமந்து வருவாள். கிழவி வெற்றிலையை மெல்லும்போது பக்கத்திலேயே முன்னங்காலை நீட்டி மடக்கிப் படுத்தபடி எதையாவது அரைத்துக் கொண்டிருக்கும். தூரத்திலிருந்து பார்த்தால் இரண்டு கிழவிகள் வாய் ஓயாமல் பேசிக்கொண்டிருப்பதாகத் தெரியும். அந்தோணி 'அம்மே' என்று குரல் கொடுத்தால் தண்டவாளத்துக்கு அந்தப்புறமிருந்து கிழவி

‘வருகிறேன் மோளே’ என்பாள் மெல்லிய குரலில். அந்தோணி கறுப்பும் வெளுப்புமாயிருந்தது. ஒரு பக்கக் கண்ணை மூடிய கறுப்பை மீறி, கனிந்த வெயில் நிறத்தில் உண்டியல் கண்கள். வாடித் தொங்கும் இலைகளாக நரம்போடும் காதுகள். அந்தோணியைக் காலையில் அவிழ்த்துவிட்டால் மாலையில் தானே வீடு வந்து சேர்ந்துவிடும். அதன் போக்கும் வரவும் தண்டவாளத்தின் மீது என்பதை நினைத்து கிழவி திகிலாவாள். ‘வழியிலிருந்தால் இறங்கிவிடு மகளே’ கிழவி தனக்குத்தானே முனகிக் கொள்வாள். அந்தோணி ரயில் எழுப்பும் ஊளைச் சத்தத்திற்கு அனிச்சையாக இறங்கிவிடும். சத்தமில்லாமல் கடக்கிற கூட்ஸ் வண்டிகளைப் பார்த்தால் கிழவியின் நெஞ்சு கிடுகிடுக்கும்.

இத்துணூண்டு இடம் கிடைத்தாலும் ஏதாவது ஒரு நாத்தையோ விதையையோ ஊன்றி வைத்துவிடுவதுதான் தெரஸாக் கிழவியின் வழக்கம். புறம்போக்கு இடத்தில் குடியிருப்பதும், எப்போது வேண்டுமானாலும் ரயில்வேக்காரன் காலி செய்யச் சொல்லிவிடுவான் என்பதும் தெரியும். அப்படிச் சொல்லும்போது சனங்களோடு சனங்களாக நகர்ந்து போக வேண்டியதுதான். செடி வைப்பதையோ கொடியூன்றிக் கம்பு நட்டு வைப்பதையோ மாற்றிக்கொள்ளவேயில்லை. ரயிலோடும் தண்டவாள மேட்டிலிருந்து கீழே இறங்கும் பள்ளத்தில் கழிவு நீர் ஓடும் கால்வாய். அதையொட்டி ஓடாமல் நிற்கிற ரயில்பெட்டிகள் மாதிரி வரிசை வீடுகள். அதிலொன்று தெரஸாவினுடையது. அவளுக்கு மலைத்தொடருக்கும் சிற்றோடைக்கும் அடுத்து குடியிருப்பது போல ஒரு மனவிரிப்பு. மேட்டுக்கும் வீட்டுக்குமான இடைவெளியை அவரை, பாகல், பசலை என்று பச்சையைப் பரப்பி வைத்திருந்தாள். சாக்கடையின் ஈரத்துக்குச் செழித்த கொடிகள் அடர்த்தியாகப் படர்ந்திருக்க, வீட்டுப்பொடுசுகள் விளையாடியபடியே வாயில் அதக்கிக் கொள்ள அரைநெல்லியோ, பப்பாளியோ வாசலில் உதிர்ந்து கிடக்கும். மூன்று அறைகள் கொண்ட ஓட்டு வீடு. மூன்று மக்களுக்கும் ஒவ்வொரு அறை. பெரிய மகளுக்கு ஐந்து, மகன் பெற்றது இரண்டு, சின்னவளுடையது இரணடு. இப்படி சிட்டும் சில்லையுமான உருப்படிகள் மட்டுமே ஒன்பது. பேத்திமார் பெற்றது,மற்றது எல்லாம் சேர்த்தால் கிழவியின் மந்தையில் பதினெட்டு, இருபது உருப்படிகள். மகனின் அறைக்குள் கிழவியின் பெட்டி. சந்துக்குள் படுக்கை. மழை வந்தால் கிழவியின் காலடியில் அந்தோணி. சாக்குப்பைக்குள் அந்தோணியை நுழைத்து விட்டால் போர்த்த வேண்டியதில்லை. தலையை மட்டும் உயர்த்தி அசைபோட்டபடி இருக்கும். கிழவி எப்போதாவது உதிர்க்கும் ஒற்றைச் சொல்லுக்கு குரல் கொடுக்கும்.

கிழவிக்கும் ஆட்டுக்குமிடையில் சின்னவளின் மகன் வந்து சுருண்டுகொள்வான்.

கிழவிக்கு இப்போது சுருட்டு தேவைப்படுகிறது. அடிக்கிற காற்றைப் பார்த்தால் நிச்சயமாக மழை வரும். இதற்கு முன்பு மழை எப்போது வந்தது என்பதைவிட வீட்டுக்குள் எவ்வளவு வெள்ளம் வந்தது என்பதுதான் யோசனை. சுவற்றில் தண்ணீர் தேங்கியிருந்த கறை நீண்டிருந்தது. பழைய கறைகளைக் காட்டிலும் உயரம். நின்று பார்த்தால் வயிறு மட்டம். அந்த மழைக்கு அந்தோணி இருந்திருந்தால் கஷ்டம்தான். கடவுளே! ஏன் இப்படி ஒரு நினைப்பு வந்தது? நினைப்பின் மீதே இடி விழுந்ததுபோல மழை வந்தே விட்டது. கூரையில் தடதடவென்று சத்தம் தொடங்கி, பெருத்து தோணி இடுக்கில் தண்ணீர் ஒழுகியது. கிழவி வெளியே போய் ஆட்டை அவிழ்த்துக் கொண்டு வந்தாள். எவ்வளவு அறிவான ஜீவன்! அவ்வளவு இருட்டிலும் பையனை மிதிக்காமல் ஒதுங்கி நிற்கிறது. 'கொஞ்ச நேரத்தில் ஓய்ந்துவிடும்' என்று பார்த்தால் அதிகமாகிறதே? கிழவி தயங்கித் தயங்கி மகன் வீட்டின் படலைத்தட்டினாள். குழந்தை எழுந்து உட்கார்ந்துவிட்டான். சொல்லி வைத்தாற்போல சிறுசுகள் ஒவ்வொன்றாய் அழத்துவங்க, பெண்களின் கூச்சலும் சேர்ந்து இழவு வீட்டு ஒப்பாரி போலக் கேட்டது.

நின்று பெய்கிற மழை. மண்ணை நனைத்து, சேறாக்கி, அலசி, அமிழ்த்தி, பள்ளங்களில் சேர்ந்து மெதுவாய்ப் பெருகி, கைநீட்டி, மற்ற பள்ளங்களோடு கோர்த்துக் கொண்டு பெரிதாக நகருகிற விளையாட்டு. நல்ல ஆசிர்வாதமான பெருந்துளிகள். இதைத் தாங்குகிற மாதிரி வலுவுள்ள வீடு இல்லாததுதான் குறை. மேட்டிலிருந்து இறங்குகிற வேகத்துக்குச் சீக்கிரமாய் வெள்ளம் சேர்ந்துவிட்டது. வீட்டுக்கு உள்ளே புகுந்த தண்ணீர் மரஅலமாரிக்குள் போவதும் வருவதுமாக இருக்கிறது. நாதாங்கியைச் சரிசெய்து வைக்கச்சொல்லி ஒருபாடு புலம்பியும் யாரும் காது கொடுக்கவில்லை. ஒழுகுமிடங்களில் வைத்த பாத்திரங்கள் நிறைந்து வெளியேறுவதைப் பார்த்துக்கொண்டிருப்பதைத் தவிர வேறு வழியில்லை. குஞ்சுக் குளுவான்களை எல்லாம் குறுக்குச்சுவர்களின் உச்சியிலும், அலமாரிகளின் மேலும் ஏற்றி விட்டுப் பாத்திரங்களில் கோரிக்கோரி ஊற்றினாலும் தண்ணீர் குறையாது. அதற்காக சும்மா இருக்க முடியுமா? உடலில் நல்ல முறுக்கத்தோடிருந்த பேரன் வர்கீஸும் கிழவியின் மகன் ஜோசப்பும் தண்ணீரை வெளியேற்றுவதற்கான முயற்சியில்

இருந்தார்கள். பெரியவளின் மருமகன் ஒத்தாசையாகக் கூட நின்றான். ஒன்றும் நடக்காது. கிழவி ஆட்டை மாரோடு சேர்த்துக் கொண்டு அலமாரியோடு ஒண்டிக்கொண்டாள். தலைக்குமேல் பொட்டுப்பொட்டாய் தண்ணீர் விழுந்துகொண்டே இருக்கிறது. இடுப்பு உயரத்திற்கு ஏறிவிடும். மழைச்சத்தத்தினூடே பெருத்த அலறலோடு ஒரு ரயில் வண்டி கடந்து போனது. பற்கள் கிடுகிடுவென அடித்துக் கொள்ள, அந்தோணி ஃபிர்ர்ர் ஃபிர்ரென்று இரண்டுமுறை முகத்துக்கு நேராய்த் தும்மியது. செடி கொடிகள் என்னவாயிற்றோ? நினைக்கும்போதே அடிவயிறு உள்ளிழுத்து வலியெழும்புகிறது கிழவிக்கு.

அந்தக் காலத்திலேயே தெரஸாவுக்கு விவரம் போதாது என்பார்கள். கணவர் பவுலோஸும் அதையேதான் சொல்வார். தெரஸா யாரோடும் பெரிதாகப் பேசுவதில்லை. ஏதாவது கேட்டால் ஒன்றிரண்டு வார்த்தைகள்தான். கணவனுக்கு எது வேண்டுமென்று தெரியும். அவர் கேட்குமுன்பே கட்டங்காப்பியோ, மரவள்ளிக் கிழங்கோ, சுடுகஞ்சியோ தயாராக இருக்கும். எப்படித்தான் தெரிந்து கொள்வாளோ ஆச்சரியம்தான். ஆனாலும் அக்கம்பக்கத்து மனிதர்களிடம் பேச்சு வளர்க்காத ஒரு பொம்பளை இருப்பாளா? எப்போதும் செடிகளும், துணிகளும் மட்டுமே போதுமா ஒருத்திக்கு? பிள்ளைகளிடம் கூட பெரிதாக பேசாத ஒருத்தி! ஓராயிரம் தடவை கேட்டாலும் பதில் கிடைக்காது. கடைசியில் அவர் புரிந்து கொண்டார் தெரஸா ஒரு 'மிண்டாப்பிராணி' தெரஸாவுக்கு ஆணும் பெண்ணுமாய் இரண்டைத்தவிர இப்போது வயிற்றில் ஒன்று. ஏழுமாதம். மிண்டாப்பிராணியையும் குட்டிகளையும் கூட்டிக்கொண்டு கேரளத்திலிருந்து கோயமுத்தூருக்கு வந்தார் பவுலோஸ். இரண்டொரு மாதங்கள் வேலைபார்த்துக் கொண்டே வயிற்றுவலிக்கு பெரியாஸ்பத்திரியில் மருத்துவம் பார்த்துவிட்டு ஊருக்குத் திரும்பி விடலாம் என்பது திட்டம். கடைச்சோறு பழுதான வயிற்றுக்கு ஆகாது. பிள்ளைகளை அணைத்துக் கொண்டு பிள்ளைத்தாய்ச்சி அழுவதைப் பார்க்க மனமில்லையோ என்னவோ இரண்டாவது தடவை ஆஸ்பத்திரிக்குள் போன மனிதன் வெளியே வந்த பிறகு தெரஸாவைப் பார்க்கவுமில்லை. பேசவுமில்லை. உலுக்கி உலுக்கிப்பார்த்து ஓய்ந்து போனாள் தெரஸா. கூடிவிட்ட சனங்கள் அங்கலாய்ப்பாய் விசாரிக்க அடிவயிறு சுருண்டு வலியெடுத்தது.

காலையில் அரசுப் பள்ளியில் தங்கிக்கொள்ள அனுமதிக்கிறார்கள் என்று ரேடியோவில் சொன்னார்களாம். மயிலாத்தாள் வந்து

சொல்லிவிட்டுப் போனாள். விடிய விடிய பெய்து இன்னும் ஓயாத மழையில் முன்னறையின் கூரை ஒரு பக்கச்சுவரோடு சரிந்து விழுந்துவிட்டது. போனால் போய்த் தொலைகிறது. பிள்ளைகள் தப்பித்ததே புண்ணியம். ஆரம்பப் பாட சாலையின் கதவைத் திறந்துவிட்டிருந்தார்கள். துணி மூட்டைகளும். ஐந்தாறு பாத்திரங்களுமாக சனங்கள் கிடைத்த இடத்தில் ஒண்டிக்கொண்டார்கள். சின்னவளின் மகன் மற்ற யாரையும் உள்ளே விடாமல் தடுத்துக் கொண்டிருந்தான். அவனுடைய வகுப்பாம். யாரோ போய் வாட்சுமேனிடம் முறையிட, அவன் வந்து பெரிய மனுசத் தோரணையில் எதையோ துவங்க, கிழவி வகுப்பறையின் மூலைகளைக் காட்டினாள். அதற்குள் பெஞ்சுகளை ஓரங்கட்டிவைத்துவிட்டு நான்கைந்து குடும்பங்கள் பாயை விரித்து முடங்கியிருந்தன. எல்லோரையும் பார்த்து வெளியேறத் திரும்பியவனின் பார்வையில் அந்தோணி பட்டுவிட்டது. அதுவும் மூத்திரம் பெய்தவாறு. சுற்றிலும் பத்துப்பனிரெண்டு புழுக்கைகள். வெளியே கட்டச்சொல்லிவிட்டுப் போனான். தெரஸாக் கிழவிக்கு முகம் ஊதிக் கொண்டது. இப்படி கட்டன்ரைட்டாகச் சொல்லிவிட்டுப் போகிறானே? ஊற்றுகிற மழையில் சினையாக இருக்கிற மகளை எங்கே போய்க் கட்டுவேன். புலம்பியபடியே சுற்றி முற்றிப் பார்த்துவிட்டு கீழே மைதானத்தைத்தாண்டி அவனுடைய கூண்டுக்கு அருகிலிருந்த அசோக மரத்திலேயே கட்டிவிட்டு வந்தாள். “அம்மே அம்மே” என்று சிணுங்கிக் கொண்டேயிருந்தது அந்தோணி. மரத்தின் அடியில் என்றாலும் ஈரத்தில்தான் நிற்க வேண்டும். மற்ற இடங்களுக்கு இதுதான் கொஞ்சம் பரவாயில்லையாக இருந்தது. ‘கொஞ்சம் பொறுத்துக் கொள் மகளே! நாளை வெயில் வந்துவிடும்.’

டெம்போவில மஞ்சளாய்ச் சோறு கொண்டு வந்தார்கள். ஆளாளுக்குத் தட்டை தூக்கிக்கொண்டு ஓடியதை கிழவி அங்கலாய்ப்பாகப் பார்த்தாள். அவள் வீட்டுக் குஞ்சுகளும்தான். எங்கே சின்னவளின் மகனைக் காணவில்லை? ஏதாவது தின்னக் கொடுத்தால் மற்றவர்களை அரட்டி, மிரட்டி தள்ளிவிட்டு முந்தி வருகிறவன் அவன்தான். காணோமே! போய்ப் பார்த்தால் குழந்தை சுருண்டிருந்தது. சின்னவள் கழுத்தில் புறங்கையை வைத்துக் காட்டி உடம்பு சுடுகிறது என்றாள். மகளை, சோறு வாங்க அனுப்பிவிட்டுக் குழந்தையின் அருகில் உட்கார்ந்தாள். தலையைக் கோதிவிடும்போது கண்ணீர் திரண்டு வந்தது. பையன் சூட்டுக்கு அனத்தத் துவங்கியிருந்தான். சோறு வாங்கிக் கொண்டு வந்த பிள்ளைகள் அப்படியே உட்கார்ந்து அள்ளிப் போட்டுக்கொண்டன. அந்தோணியின் குரல் தூரத்தில் கேட்கிறது.

“அம்மே அம்மே” மகள் ஒரு கையில் சோறும் மறு கையில் தைலப் புட்டியுமாக வந்தாள். கிழவி தைலத்தை வாங்கி பையன் முதுகு முழுவதும் சூடுபறக்கத் தேய்த்துவிட்டு கைகளை முகர்ந்து கொண்டாள். ரெண்டாங்கிளாஸிலிருந்து பெருத்த கூச்சல் வந்தது. திபுதிபுவென ஒரு கூட்டம் இவர்கள் இருந்த வகுப்பறைக்குள் நுழைந்தது. அங்கே பாம்பு வந்துவிட்டது என்றார்கள். கிழவி பேரனையே பார்த்துக்கொண்டிருந்தாள்.

இரவு முழுவதும் மழை விடாது பெய்துகொண்டிருந்தது. பத்து மணிக்கு மேலாகியும் குழந்தைகள் பள்ளி வராந்தாவில் விளையாடிக்கொண்டிருந்தார்கள். ரயில்பாதைப் பள்ளத்தில் மின்சாரம் கிடையாது. இருட்டும் வரை விளையாடிக்கொண் டிருந்து விட்டு ஆறேழு மணியானால் அடங்கிவிடும் பிள்ளைகள், இவ்வளவு வெளிச்சத்தையும் விஸ்தாரமான இடத்தையும் பார்த்ததும் உறசாகமாக விளையாடுகின்றன. பள்ளத்தில் கழிவறை களும் கிடையாது. கடைக்கோடி முள்ளுக்காட்டின் மறைவில் போகவேண்டியதுதான். ரயில் வண்டிகள் கடக்கும்போதெல் லாம் பெண்கள் எழுந்து நிற்க வேண்டியிருக்கும். ஆண்களுக்கு என்ன கவலை? ‘மயிரே போச்சுடா மாரப்பா’ தான். இங்கே அத்தனை கக்கூஸுகளைக் கட்டி விட்டிருக்கிறார்கள். தொட்டி நிறைய தண்ணீர்! வகுப்பறைகளுக்குள்ளே செங்கற்களைக் கூட்டி அடுப்பு மூட்டி கஞ்சி காய்ச்சிக் கொள்ளவும் முடிகிறது. ஏதோவொரு நிம்மதியில் வகுப்பறைகளின் வாசல்களில் பெண்களும் ஆண்களுமாய் குத்தவைத்து உட்கார்ந்து பேசிக் கொண்டிருந்தார்கள். அங்கங்கே தாயக்கட்டை உருளுகிறது. சாக்பீஸ் துண்டுகளில் வரைந்த ஆடு புலியாட்டம், பரமபதம் எல்லாம் உண்டு. பாக்கெட் ரேடியோவெல்லாம் வைத்திருக் கிறவன் காசு புரளுகிறவனாயிருக்கும். “அம்மே” அந்தோணி கத்திக் கொண்டே இருக்கிறது. நனைந்தபடியே கஞ்சியைக் கொண்டு போய் வைத்துவிட்டு வந்த கிழவி மைதானத்து ஓரத்திலிருந்து எடுத்து வந்திருந்த உருளைக்கல்லால் வெறும்பாக்கை தரையில் வைத்துப் பொடித்து அள்ளி வாயில் போட்டுக் கொண்டாள்.

மறு நாளும் பையனுக்கு உடம்பு சுட்டது. சட்டையை அவிழ்த்துப் பார்த்தால் முதுகெல்லாம் பொரிப்பொரியாக சிவந்து எழும்பியிருந்தது. இந்த மழையில் எங்கே கூட்டிப் போவது. ‘இது அம்மை மாதிரித் தெரிகிறதே தேவமாதாவே என்ன செய்வேன்?’ மகள் அழுவதைப் பார்க்க முடியவில்லை. கிழவி மெல்ல எழுந்து கம்பி வழியே பார்த்தாள். இப்படி

இரண்டு நாட்களாகத் தொடர்ந்து அந்தோணிக்குப் பக்கத்தில் கூட போக முடியாமல் இருப்பதை நினைத்து பெருமூச்சு விட்டாள். வாட்சுமேன் அந்தோணியை மரத்திலிருந்து அவிழ்த்து தன்னுடைய கூண்டருகே கட்டிப்போட்டிருந்தார். பக்கத்தில் ஒரு அலுமினியத்தட்டு. நல்லாயிருக்கட்டும். பையன் அனத்திக் கொண்டே இருக்கிறான். இடையிடையே எச்சிலைக் கூட்டித் துப்புகிறான். வாய்க்கசந்து வரும் போலிருக்கிறது. கிழித்து வைத்திருந்த சேலைத்துண்டில் தண்ணீரை நனைத்து நெற்றியில் போட்டால் இரண்டே நிமிடங்களில் காய்ந்து விடுகிறது. தைலப்புட்டி தீர்ந்துவிட்டது. காலையில் இரண்டு இட்லித்துண்டு களைச் சர்க்கரைத் தொட்டு விழுங்க வைப்பதற்குள் வாந்தி. பொரிப்பொரியாக இருந்ததெல்லாம் தீக்குச்சித்தலைகளாக நீண்டு வெளியே வந்திருந்தது. அம்மையேதான். ரங்கநாயகி வந்து பார்த்துவிட்டு வேப்பிலையை அரைத்து கொடுக்கச்சொன்னாள். ரங்கநாயகிக்கு கொஞ்சம் கைவைத்தியம் தெரியும். எதையோ கொடுத்தனுப்புகிறேன் என்று சின்னவளைக் கூடவே கூட்டி கொண்டுப் போனாள். மழையில் இறங்கிப் போனார்கள். கிழவிக்குப் பயத்தில் பேதியாகிவிடுவது போல அடிவயிறு சுருண்டு வலித்தது. துணுக்கு மெழுகுத் திரியைச் சுவற்றின் ஓரம் ஏற்றி வைத்து வாய்விட்டுப் புலம்ப ஆரம்பித்துவிட்டாள்.

“என்டெ கர்த்தாவே... தேவ மாதாவே... ரெட்சிக்கணமே... என்டெ மக்களெ ரெட்சிக்கணமே... ஈசோயே... நின்டெடத்து... ஞான் சாம்பத்திகம் ச்சோதிச்சில்லா ... ருஜியுள்ள ஆகாரம் ச்சோதிச்சில்லா... எங்ஙனெயெங்கிலும்... ஜீவனோடிருந்நால்... மதியானே ... கர்த்தாவே ... பாவப்பட்ட பிஞ்ஞுங்களானே ... ச்செறிய குஞ்ஞுகளானே... தேவ மாதாவே... என்டெ மக்களெ... ரெட்சிக்கணமே...

புலம்பித் தீர்த்தாள். ராத்திரி முழுவதும் சொன்னதையே திரும்பத்திரும்ப சொல்லிக்கொண்டிருந்தாள். திரும்பத்திரும்ப திரும்பத்திரும்ப சலிக்காது சொல்லிக்கொண்டே இருந்தாள். அவளது வலக்கையில் ஜெபமாலை மணிகள் எறும்புகள் ஊர்வது போல சிலுவையை இழுத்துக்கொண்டு ஊர்ந்து புறங்கையில் ஏறி இறங்கியது.

அதிசயம்தான்! காலையில் காய்ச்சல் விட்டிருந்தது. பையன் எழுந்து தைலப்புட்டியைத் தரையில் சுழற்றி சுழற்றி விளையாடிக் கொண்டிருந்தான். இனி பயமில்லை. இளநீரும் பனங்கற்கண்டு மாக கொடுத்து உடம்புச்சூட்டை இறக்கிவிட்டு அம்மைக்கு வேப்பிலைத்தண்ணீர் ஊற்றிக் கொள்ளலாம். மழை ஓய்ந்திருந்தது.

கருக்கல் இன்னும் முழுதாய் வெளுத்திருக்கவில்லை. பையனுக்குப் பாலை ஆற்றிக் கொடுத்த சின்ன மகள் இன்னொரு தம்ளரைத் தூக்கிக்கொண்டு படுத்திருந்த கிழவியை நோக்கி நகர்ந்தாள். அசைவில்லாது இருந்தவளை உலுக்கினாள். திடுக்கிடலாக எழுந்த கிழவிக்குத் தொண்டை காய்ந்து போய் நெஞ்சுக்குள் ஏதோ நெருடலாய் உருள்கிறது. சில்லிட்டிருந்த கைகளில் தம்ளரை ஏந்திக்கொண்டு உலர்ந்த உதடுகளிடம் கொண்டு செல்லுகையில் வாட்சுமேன் ஓட்டமும் நடையுமாக வந்தார்.

“தெர்ஸாம்மா அந்தோணி போயிருச்சு”

கிழவி விக்கித்துப் போனாள். அடிவயிற்றிலிருந்து சுருண்ட வலி துக்கமாக பீறிட்டுக் கிளம்ப பள்ளிக்கட்டடம் அதிர குரலெழுப்பினாள்.

“ஈ… மோளே… அந்தோணீ… ஈ…”

வாட்சுமேன் கூண்டருகில் காகங்கள் கரைந்தபடி இருந்தன. திறந்த கண்களில் ஈக்கள் மொய்க்க உப்பிப்பெருத்த வயிறோடு சரிந்து கிடந்தது அந்தோணி. வாட்சுமேன் அவரது குடையை அந்தோணிக்கு அருகில் விரித்து வைத்திருந்தார். கிழவியின் வயிறு தீயாய்ப் பற்றிக்கொண்டு எரிய எதையெதையோ நினைத்துக்கொண்டு அழுதாள். எவ்வளவு சுயநலம் எனக்கு? பேரனுக்கு உடம்பு சரியில்லாமல் போனதும் என் ரத்தம் மட்டும் முக்கியமாக பட்டுவிட்டதா? அந்தோணியைப் பற்றிய நினைவே இல்லாமல் போனதா? கடவுளே! என்னுடைய பிரார்த்தனையில் அந்தோணியைச் சேர்க்கவில்லையோ?

“அய்யோ… மோளே… தெய்வம் சதிச்சல்லோ… மோளே… நீ என்டெ… மோளில்லியோ… அந்தோணீ…”

மனதுக்குள் ‘மகளே தண்டவாளத்திலிருந்து இறங்கிவிடு’ என்று நினைத்துக்கொண்டாலே இறங்கி விடுகிற அந்தோணிக்கு அம்மாவை விட்டுவிட்டுப் போகிறோமே என்கிற நினைப்பே வரவில்லையா?

அல்லது அம்மாவின் வேதனையைத் தீர்த்துவைக்க, தானே பலியாகி விட்டதா?

“நீ … வெச்ச கஞ்சியத்தான் குடிச்சது … என்னன்னே தெரியலையே பூச்சி கீச்சி தொட்டிருக்குமோ?”

கவிழ்ந்த தலையை நிமிர்த்தாமல் ஆட்டையே வெறித்துக் கொண்டு கேட்டார் வாட்சுமேன்.

சின்னவள் வந்து கிழவியைக் கட்டிக்கொண்டு ஒப்பாரி வைத்தாள்.

வாட்சுமேன் கொஞ்சப் பணத்தை கிழவியின் மகன் கையில் வைத்துத் திணித்தபடி "ஆனது ஆயிப்போச்சு... கையில வெச்சுக்க... போயி... குதிரை வண்டி எதையாவது கொண்டுவந்து எடுக்கற வழியப் பாரு ஜோசை" என்றார்.

அந்தோணியை உலுக்கி உலுக்கிப் பார்த்தாள் கிழவி. உப்பிய வயிற்றைத்தொட்டு அலறினாள்.

"அய்யோ குஞ்ஞுகளே... எண்டெ குஞ்ஞுகளே"

கிழவியின் மகன் சோர்வாய் நடந்து வெளியேறிப் போனான். அழுதுகொண்டிருந்த கிழவியின் சின்னமகளைத் தொட்டு "அம்மாவை கூட்டிக்கிட்டு போம்மா.. ஒங்கண்ணன் வந்தா மேக்கொண்டு ஆற காரியத்த நாங்க பாத்துக்கறோம். அம்மாவை கூட்டிகிட்டு போ..."

கிழவியை மகள் வற்புறுத்தலாகக் கூட்டிக்கொண்டு போனாள். அவர்கள் போவதையே பார்த்துக்கொண்டிருந்த வாட்சுமேன் கூண்டுக்குள்ளிருந்த பழைய செய்திதாள்களை எடுத்துக் கொண்டுவந்தார். கூண்டுக்கு பின்பக்கமாக போய் கீழே சிதறிக்கிடந்த மஞ்சள் பருக்கைகளை மண்ணோடு சேர்த்து அள்ளி அலுமினியத் தட்டில் கிடந்த சோற்றோடு சேர்த்து கொட்டி தாள்களால் மூடி மொத்தத்தையும் கொண்டு போய் சாக்கடையில் கொட்டிவிட்டு தட்டை குழாயில் சுத்தமாய்க் கழுவிக் கொண்டுவந்து கூண்டுக்குள் கவிழ்த்து வைத்தார். தொங்கிக்கொண்டிருந்த சட்டைப் பையிலிருந்து பீடியைத் துழாவி எடுத்து பற்ற வைத்துக்கொண்டார். ஆழமான மூன்றாவது இழுப்புக்குப் பிறகு அங்கலாய்ப்பாக ஆட்டைப் பார்த்து ஒரு முறை தலையிலடித்துக் கொண்டார்.

"நாய்க்கும் பூனைக்கும் வெக்கறாப்புலதான சோறு வெச்சேன்... எனக்கு வெவரந்தெரியலயே."

வானம் கருக்கத் துவங்கியது. வாயிற்கதவைத் திறந்துவிட்டு குதிரை வண்டிக்குக் காத்திருந்தார். மறுபடியும் மழை பிடித்துக் கொண்டது. அவரது காக்கிச்சட்டை மெல்லமெல்ல நனைந்து ஈரமேறிக் கனத்தது.

ஜான் சுந்தரின் பிற நூல்கள்
[காலச்சுவடு வெளியீடு]

நகலிசைக் கலைஞன்

(அனுபவக் கட்டுரைகள்)

ஜான் சுந்தர்

ரூ.150

அறிந்தோ அறியாமலோ திரை இசைதான் தமிழர்களின் குருதிநாளங்களில் ஓடுகிறது. சமகாலத் தமிழ்ச் சமுதாயத்தின் எல்லா விமரிசைகளுக்கும் சினிமாப் பாடல்களே வடிகால். அந்த வடிகாலில் இசைப் பெருக்கைத் திறந்துவிடும் இசை அமைப்பாளர், பாடலாசிரியர், பாடகர்கள், இசைக் கலைஞர்கள் என்று திரையுலகில் செயல்படுபவர்கள் அநேகம். அவர்களைப் பற்றி திரை இசை ரசிகருக்கு ஓரளவாவது தெரியும். அவர்கள் உலகின் தோற்றங்கள் தெரியும்.

அவர்களை அடியொற்றி அதே தீவிரத்துடனும் அர்ப்பணிப்புடனும் கலைத்திறனுடனும் செயலாற்றும் இணை உலகமும் இருக்கிறது. இசைக்குழுவினரின் உலகம். நகலிசைக் கலைஞர்களின் உலகம். அறிந்தும் அறியப்படாத அந்த நகல் உலகின் இயல்பைச் சொல்கிறது இந்நூல். வெறும் தகவல் திரட்டாகவோ ஆவணத் தொகுப்பாகவோ அல்லாமல் சிரிப்பும் கண்ணீரும் வலியும் கொண்டாட்டமும் நிறைந்த உயிரோட்டமான நடையில் சொல்கிறது

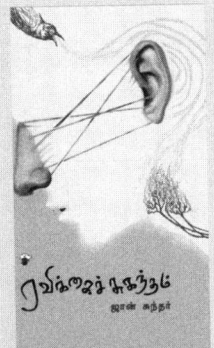

ரவிக்கைச் சுகந்தம்

(கவிதைகள்)

ஜான் சுந்தர்

ரூ.90

தனித்திருப்பவனின் காதில் திடீரென விழுந்து சூழலை மாற்றும் தேன்சிட்டின் கூரிய கீச்சொலிகள்போல, வாசிப்பவரின் எல்லாப் புலனுக்குள்ளும் நுழைந்து நலம் விசாரித்து அமைதி படர்த்தும் கவிதைகள் இவை. அப்படியொரு கனவமைதிக்குள் ஆழும்போது, காகங்களின் மரண கானாபோல மனம் பேதலிக்கச் செய்பவர்கள், ஜான் சுந்தரின் கவிதை மனிதர்கள். தானியங்கிப் பண இயந்திரங்களைக் கிழட்டு பூதங்கள் என நெருப்பாய் பெருமூச்சுகள் விட்டபடி காவல் காக்கும் முதியவர்கள், பதறப்பதறப் பொதியை வாங்கிக் கனலை அணிந்து பறக்கும், பசிப்பிணி தீர்க்கும் சிறு தெய்வங்களான ஸ்விகிப் பையன்கள், நாலங்குல பிரஷ்ஷால் சுவர்களில் வர்ணம் பூசி டர்பன்டைனில் வாழ்வைக் கழுவிக்கொள்பவர்கள் என, உப்புக்கடலை ரப்பைக்குள் ஒளித்துவைக்கும் கவிதை மனிதர்கள் நம் மனஅமைதியைக் குலைப்பவர்களும்கூட.

ஏதிலிகளின் ஆண்டவர் தன்முன் பிரார்த்திக்கும் எளிய ஜனங்களின் வார்த்தைகள் அனைத்தையும் இந்தக் கவிஞனின் நாவில் தோன்றச் செய்திருக்கிறார். அவை சாரங்கி வில்லின் இசைக்கு முன் தோளுயர்த்தி எதிர்க்கிறவனைத் தோற்று அழச் செய்பவை. சில கணங்கள் பொறுத் தால் அழுகையை வெல்லத் தீ காய்ச்சப்படும் அவரது பறையில் இசையாயும் துடித்தெழும்.

கடக்கும் ஒவ்வொரு இறந்த கணமும் நிகழ்வுகளைக் கறுப்புவெள்ளை நினைவுகளாக்குவதை செபியா டோன் படங்களாக்கிக் காலாதீதம் தாண்ட செபியா குதிரையேறும் ஜான் சுந்தர், ஒலிவாங்கியை அரங்கம் ருசிக்கும் ஐஸ்க்ரீமாக்கும் தேர்ந்த இசைஞனும் கவிஞனுமாகயிருப்பது தமிழின் கொடுப்பினை.

கலாப்ரியா

S-35